'अक्करमाशी' अनेक भाषांमध्ये —

- इंग्रजीमध्ये Oxford University Press, New Delhi & USA ह्यांनी प्रकाशित केले.
- कन्नडमध्ये नवकर्नाटक प्रकाशन, बेंगलोर ह्यांनी प्रकाशित केले.
- हिंदीमध्ये प्रभात प्रकाशन, नवी दिल्ली ह्यांनी प्रकाशित केले.
- पंजाबीमध्ये लोकगीत प्रकाशन, जालंधर ह्यांनी प्रकाशित केले.
- तमिळमध्ये वाडियल पाथीपगम, कोईमत्तूर ह्यांनी प्रकाशति केले.
- मल्याळममध्ये मातृभूमी प्रकाशन, कोझीकोडे ह्यांनी प्रकाशित केले.
- हिंदी भाषांतर दिल्लीच्या 'संचेतना' ह्या मासिकात क्रमशः प्रकाशित झाले.
- पंजाबी भाषांतर जालंधरच्या 'दै. नवा जमाना' मध्ये क्रमशः प्रकाशित झाले.
- कन्नड भाषांतर बेळगावच्या 'सा. सुद्धी सांगाथी' मधून क्रमशः प्रकाशित झाले.
- मल्याळम भाषांतर कोझीकोडे इथल्या 'दै. मातृभूमी' मधून क्रमशः प्रकाशित झाले.
- गुजराथी अनुवाद अहमदाबाद इथल्या 'सा. दिशा' मधून क्रमशः प्रकाशित झाले. पुस्तक प्रकाशनाच्या मार्गावर.
- मराठी अक्करमाशी अस्मितादर्श, औरंगाबाद आणि अनुबंध, गुलबर्गा या त्रैमासिकातून प्रकाशित झाले.
- 'अक्करमाशी' (मराठी) महाराष्ट्र शासनाचा राज्य पुरस्कार, सन १९८५ अक्करमाशी (इंग्रजी) हच - क्रॉसवर्ड अॅवार्ड २००४ साठी नामांकिन.
- 'अक्करमाशी' चे हिंदी व कन्नडमध्ये नाट्य रूपातर झाले आहे.

❑ शरणकुमार लिंबाळे यांचे प्रकाशित साहित्य

❑ शरणकुमार लिंबाळे यांच्या साहित्याचे भाषांतर

कविता : उत्पात (१९८२), श्वेतपत्रिका (१९८९).

कथा : बारामाशी (१९८८), हरिजन (१९८८), रथयात्रा (१९९३), दलित ब्राह्मण (२००४).

कादंबरी : भिन्नलिंगी (१९९१), उपल्या (१९९८), हिंदू (२००३), बहुजन (२००६).

आत्मनिवेदने : अक्करमाशी (१९८४), राणीमाशी (१९९२), पुन्हा अक्करमाशी (१९९९).

संपादने : दलित प्रेम कविता (१९८६), दलित पँथर (१९८९), दलित चळवळ (१९९१), दलित साहित्य (१९९१), प्रज्ञासूर्य (१९९१), भारतीय रिपब्लिकन पक्ष (१९९२), मराठी वाङ्मयातील नवीन प्रवाह (१९९३), विवाहबाह्य संबंध : नवीन दृष्टिकोन (१९९४), गावकुसाबाहेरील कथा (१९९७), ज्ञानगंगा घरोघरी (२०००), शतकातील दलित विचार (२००१), साठोत्तरी मराठी वाङ्मय प्रवाह (२००६).

समीक्षा : दलित साहित्याचे सौंदर्यशास्त्र (१९९६), साहित्याचे निकष बदलावे लागतील (२००५), ब्राह्मण्य (२००६).

इंग्रजी : द आऊटकास्ट (२००३), टुवर्डस् अॅन अॅस्थिटिक्स ऑफ दलित लिटरेचर (२००४).

हिंदी : अक्करमाशी (१९९१), देवता आदमी (१९९४), दलित साहित्य का सौंदर्यशास्त्र (२०००), नरवानर (२००३), हिंदू (२००४), दलित ब्राह्मण (२००४).

कन्नड : आक्रम संतान (१९९२).

पंजाबी : अक्करमाशी (१९९६).

मल्याळम : अक्करमाशी (२००५), हिंदू (२००५).

तमिळ : अक्करमाशी (२००३).

(आत्मकथा)

---

२५१ क, शनिवार पेठ, पुणे ४११ ०३०.

अक्करमाशी

शरणकुमार लिंबाळे

 दिलीपराज प्रकाशन प्रा. लि.

अक्करमाशी (आत्मचरित्र)
Akkarmashi (Autobiography)
By Sharankumar Limbale
sharankumarlimbale@yahoo.com

प्रकाशक
श्री. राजीव दत्तात्रय बर्वे
मॅनेजिंग डायरेक्टर,
दिलीपराज प्रकाशन प्रा. लि.
२५१ क, शनिवार पेठ, पुणे - ४११ ०३०

सातवी आवृत्ती - १५ डिसेंबर २०११

प्रकाशन क्रमांक - ९०५

ISBN - 81 - 7294 - 251 -6

मुद्रक
रेप्रो इंडिया लिमिटेड, मुंबई

टाईपसेटिंग
पितृछाया मुद्रणालय,
९०९, रविवार पेठ, पुणे - ४११ ००२

मुखपृष्ठ
भारती पाडेकर

'अक्करमाशी' अनेक भाषांमध्ये –

- इंग्रजीमध्ये Oxford University Press, New Delhi & USA ह्यांनी प्रकाशित केले.
- कन्नडमध्ये नवकर्नाटक प्रकाशन, बेंगलोर ह्यांनी प्रकाशित केले.
- हिंदीमध्ये प्रभात प्रकाशन, नवी दिल्ली ह्यांनी प्रकाशित केले.
- पंजाबीमध्ये लोकगीत प्रकाशन, जालंधर ह्यांनी प्रकाशित केले.
- तमिळमध्ये वाडियल पाथीपगम, कोईमत्तूर ह्यांनी प्रकाशति केले.
- मल्याळममध्ये मातृभूमी प्रकाशन, कोझीकोडे ह्यांनी प्रकाशित केले.
- हिंदी भाषांतर दिल्लीच्या 'संचेतना' ह्या मासिकात क्रमशः प्रकाशित झाले.
- पंजाबी भाषांतर जालंधरच्या 'दै. नवा जमाना' मध्ये क्रमशः प्रकाशित झाले.
- कन्नड भाषांतर बेळगावच्या 'सा. सुद्धी सांगाथी' मधून क्रमशः प्रकाशित झाले.
- मल्याळम भाषांतर कोझीकोडे इथल्या 'दै. मातृभूमी' मधून क्रमशः प्रकाशित झाले.
- गुजराथी अनुवाद अहमदाबाद इथल्या 'सा. दिशा' मधून क्रमशः प्रकाशित झाले. पुस्तक प्रकाशनाच्या मार्गावर.
- मराठी अक्करमाशी अस्मितादर्श, औरंगाबाद आणि अनुबंध, गुलबर्गा या त्रैमासिकातून प्रकाशित झाले.
- 'अक्करमाशी' (मराठी) महाराष्ट्र शासनाचा राज्य पुरस्कार, सन १९८५ अक्करमाशी (इंग्रजी) हच - क्रॉसवर्ड ॲवार्ड २००४ साठी नामांकिन.
- 'अक्करमाशी' चे हिंदी व कन्नडमध्ये नाट्य रूपातर झाले आहे.

❑ शरणकुमार लिंबाळे यांचे प्रकाशित साहित्य

<u>कविता</u> : उत्पात (१९८२), श्वेतपत्रिका (१९८९).

<u>कथा</u> : बारामाशी (१९८८), हरिजन (१९८८), रथयात्रा (१९९३), दलित ब्राह्मण (२००४).

<u>कादंबरी</u> : भिन्नलिंगी (१९९१), उपल्या (१९९८), हिंदू (२००३), बहुजन (२००६).

<u>आत्मनिवेदने</u> : अक्करमाशी (१९८४), राणीमाशी (१९९२), पुन्हा अक्करमाशी (१९९९).

<u>संपादने</u> : दलित प्रेम कविता (१९८६), दलित पँथर (१९८९), दलित चळवळ (१९९१), दलित साहित्य (१९९१), प्रज्ञासूर्य (१९९१), भारतीय रिपब्लिकन पक्ष (१९९२), मराठी वाङ्मयातील नवीन प्रवाह (१९९३), विवाहबाह्य संबंध : नवीन दृष्टिकोन (१९९४), गावकुसाबाहेरील कथा (१९९७), ज्ञानगंगा घरोघरी (२०००), शतकातील दलित विचार (२००१), साठोत्तरी मराठी वाङ्मय प्रवाह (२००६).

<u>समीक्षा</u> : दलित साहित्याचे सौंदर्यशास्त्र (१९९६), साहित्याचे निकष बदलावे लागतील (२००५), ब्राह्मण्य (२००६).

❑ शरणकुमार लिंबाळे यांच्या साहित्याचे भाषांतर

<u>इंग्रजी</u> : द आऊटकास्ट (२००३), टुवर्डस् ॲन ॲस्थिटिक्स ऑफ दलित लिटरेचर (२००४).

<u>हिंदी</u> : अक्करमाशी (१९९१), देवता आदमी (१९९४), दलित साहित्य का सौंदर्यशास्त्र (२०००), नरवानर (२००३), हिंदू (२००४), दलित ब्राह्मण (२००४).

<u>कन्नड</u> : आक्रम संतान (१९९२).

<u>पंजाबी</u> : अक्करमाशी (१९९६).

<u>मल्याळम</u> : अक्करमाशी (२००५), हिंदू (२००५).

<u>तमिळ</u> : अक्करमाशी (२००३).

॥ १ ॥

महारोगाचा चट्टा लपवून ठेवावा, तसं हे जीवन लपवून ठेवावं वाटायचं. मला माझा इतिहास माझ्या आईपुरता सांगता येईल. जास्तच झालं तर आईच्या आईपुरता. यापलीकडं मला माझं कूळ नाही.

माझे गाव महाराष्ट्र-कर्नाटक सीमावादातले. आमच्या तालुक्यापुढे नेहमीच सीमावादाचा तंटा. आम्ही महाराष्ट्राचे की कर्नाटकाचे ? आमच्या भाषेचंही असंच. अवतीभवती कन्नड बोलली जायची आणि शाळेत मात्र मराठी शिकू तेव्हा प्रश्न निर्माण व्हायचा की आमची खरी भाषा कुठली ? माझी आई महार; तर वडील लिंगायत. आई झोपडीत; तर बाप माडीत. वडील जमीनदार; तर आई भूमिहीन. मी अक्करमाशी.

गाव, भाषा, आई, वडील, जात, धर्म या सर्वच बाबतीत मी दुभंगलेला. व्यक्तिमत्त्व हरवलेला. माझ्या अस्तित्वाला अनौरस म्हणून हेटाळलेलं. ब्राह्मणापासून शूद्रापर्यंत प्रत्येकजण स्वतःच्या घराण्याचा अभिमान बाळगत असतो. घरंदाजता मिरवत असतो. पण माझ्या अस्मितेवर बलात्कार केलेला आहे. बलात्कारित स्त्रीसारखं हे जीवन. इथल्या नीतीनं मला गुन्हेगारासारखं वागवलं. माझा जन्मच अनैतिक ठरवला गेला.

नेहमीच सबलांनी दुर्बलांवर हल्ले करताना, शोषण करताना त्यांच्या अबलांवर अत्याचार केलेला आहे. या बदमाष समाजातील पुरुषाच्या व्यभिचाराच्या समर्थनासाठी त्याला त्याची सत्ता, संपत्ती, समाज, संस्कृती आणि धर्माची पाठराखण असते. पण स्त्रीचे काय ? तिला तो बलात्कार आपल्या पोटात वाढवावा लागतो, त्या बलात्काराला जन्म द्यावा लागतो, त्या बलात्काराचं पालन-पोषण करावं लागतं आणि हा बलात्कार एक आयुष्य जगतो. या आयुष्याच्या वेदना या आत्मकथेत आहेत. माझे शब्द म्हणजे माझे अनुभव. आयुष्यातून अनुभवांना वजा केले तर शिल्लक काय राहील ? एक

सजीव कलेवर.

मी माझ्या आईच्या व वडिलांच्या अनैतिकतेला बलात्कार समजतो. वडिलांकडं वर्ग-वर्णव्यवस्थेने दिलेले जन्मसिद्ध अधिकार होते. त्याच्या संभोगाला संस्कृतीनं प्रतिष्ठा मिळवून दिलेली होती. तर याउलट माझी आई अस्पृश्य व दरिद्री. ती उच्च कुळात जन्मली असती, श्रीमंत असती, तर ती या बलात्काराला कशी तयार झाली असती ? हा व्यभिचार नसून माझी आई समाजव्यवस्थेची बळी आहे. याचं आकलन मला दलित चळवळ व दलित साहित्यातून झालं. दलित चळवळ महायुद्ध आहे; तर दलित साहित्य महाकाव्य आहे, अशी माझी श्रद्धा आहे. देशात कुठंही झालेला स्त्रीवरचा अत्याचार मला माझ्या आईवरचा वाटायचा. दलितांवरील अन्याय - अत्याचाऱ्याच्या बातम्या वाचल्या की अस्वस्थ व्हायचो. अशीच अवस्था तमाम दलित तरुणांची आहे. हा सर्वांच्या मनातील असंतोषच आम्हाला एकत्र करायचा आणि आम्ही प्रतिकाराच्या चर्चा करायचो. अशी दलित चळवळ मनात मूळ धरायची.

अमेरिकेतल्या नीग्रो स्त्रीवर गोऱ्यांनी अनेक वेळा बलात्कार केला आहे आणि या बलात्काराची एक संतती आहे. काळी आई, वडील गोरा यांच्या पोटी जन्मलेली मुले धड काळीही नव्हती; धड गोरीही नव्हती. त्यांच्यापुढं 'आम्ही काळे की गोरे ?' हा प्रश्न होता. मलाही माझं जीवन असंच वाटलं. नीग्रो मला आई-वडिलांसारखा, बहीण-भावासारखा वाटला. आम्हाला एकत्र बांधण्याचा विचार म्हणजे आमच्यावर लादलेली अमानुष गुलामी. म्हणूनच जे जे गुलामीत आहेत, गुलामीविरुद्ध लढताहेत ते ते स्वकीय वाटतात.

'Who am I ?' हा नीग्रोसारखाच Identification चा प्रश्न मलाही सतत सतावणारा. 'मी सवर्ण की अस्पृश्य ?', 'मी कोण ?' या प्रश्नातून ही आत्मकथा पूर्ण झाली. मी 'अक्करमाशी' म्हणून, मी 'अस्पृश्य' म्हणून, मी 'दरिद्री' म्हणून जे जीवन जगलो, तेच शब्दात मांडले आहे. ही आत्मकथा जशी माझी आहे तशी मी ज्या समाजात वाढलो आणि ज्या गावात जगलो त्यांचीही आहे. मी जे जगलं, भोगलं, अनुभवलं आणि बालपणापासून पाहात-ऐकत आलो तेच या आत्मकथेत आहे. मी बालपणी जे ऐकलं, ते आजही माझ्या मनावर ताज्या जखमेसारखं आहे; म्हणूनच ते शब्दातून भळभळत वाहिलं आहे. मी भूतकाळाकडे मांजरडोळ्यानं पाहिलं, शेवटच्या स्मृति क्षितिजापर्यंत न्याहाळलं आहे. जे आठवलं, सांगावं वाटलं, ते सांगितलं आहे.

माझी सुनीता नावाची बहीण म्हणते की,

"आपल्या आई-वडिलांचा तमाशा जगाला काय दाखवायचा ?"

तर सुनिताचा नवरा माझ्या घरी येतो आणि स्पष्ट सुनवतो की,

"आमचं काही लिहू नका."

खरंच हे जीवन घुसमट करणारं आहे. घुसमट प्रचंड उद्रेकाला जन्म देते. उद्रेकातून हे शब्द बाहेर आलेत अंकुरासारखे. शब्द गौण आहेत; त्यातील वेदना महत्त्वाची.

माझी पत्नी कुसुम म्हणते,

"हे सर्व कशाला लिहिता ? याचा उपयोग काय ? हे लोकांनी वाचलं तर आपल्या मुलाचं काय ? त्यांना कोण स्वीकारणार ?" कुसुमचं बोलणं मला पटतं. तरीपण मला सांगितलं पाहिजे. प्रत्येक गावात पाटील जमीनदार असतात. त्यांची रांड असते. या रांडेच्या मुलांच्या व्यथा लोकांना कळल्या पाहिजेत. हे सांगण्यासाठी मला आत्मकथाच जवळची वाटते. प्रत्येकाला जगलेलं आयुष्य असतं आणि प्रत्येकजण आपल्या कडू-गोड आठवणी, आपल्या मुला-बाळांना, नातवा-पतवंडांना, मित्रांना सांगत असतो. त्या दुःखांचा ग्रंथ होत नाही. फार थोड्यांच्या वेदना शब्दभर होतात. पुढच्या काळात बहिष्कृत समाजातील अनेक आत्मकथा साहित्यात येतील आणि तमाम भारतीय साहित्याचा चेहरा-मोहरा बदलून जाईल.

मला इथे एक अनुभव सांगावासा वाटतो. मी आणि माझा मित्र अशोक जेटीथोर बँकेत जातो. मला बँकेत खाते काढावयाचे असते. मी अर्ज भरतो. अर्जात पूर्ण नावाच्या ठिकाणी मी 'शरणकुमार लिंबाळे' इतकेच लिहिलेले असते. बँकेत वाद सुरू होतो. बँक मॅनेजरचं म्हणणं 'शरणकुमार लिंबाळे' हे पूर्ण नाव होऊ शकत नाही. तुम्ही वडिलांचं नाव लिहा. वडिलांशिवाय माणूस तरी कसा जन्मू शकतो ?

मी हट्टाला पेटलेला. मी म्हणायचो,

"मला वडील नाहीत."

मॅनेजर म्हणायचे,

"मलापण वडील नाहीत; तरीपण मी वडिलांचे नाव लावतोय. त्यांना मरून पाच वर्षे होतात."

मी वैतागलेला. अशोक मध्यस्थी करतो.

"साहेब, हे कुठल्या बापापासून जन्मलेत ते यांना माहीत नाही. यांना बापच माहीत नाही; तर त्यांनी बाप म्हणून कुणाचं नाव लिहावं ?"

बँक मॅनेजर गोत्यात आलेला.

ही घालमेल मी किती दिवस तोंड दाबून सहन करू ?

॥ २ ॥

'अक्करमाशी' हे पुस्तकाचं नाव असावं का ? इथूनच प्रश्नांना प्रारंभ झाला. पुस्तकाचं नाव आकर्षक असावं हे खरं; पण 'अक्करमाशी' ही शिवी आहे. अभद्र

शब्द एखाद्या पुस्तकाचं शीर्षक का होऊ शकत नाही ?

'अक्करमाशी' म्हणजे अकरा मासे. बारा माशाचा एक तोळा होतो. अकरा माशाचा तोळा होऊ शकत नाही; कारण एक मासा कमी असतो. 'अक्करमाशी' माणसाचंही असंच आहे. त्याचा जन्म विवाहबाह्य संबंधातून झालेला असतो.

'अक्करमाशी' या पुस्तकातील माझ्या भाषेबद्दलही अनेक प्रश्न उपस्थित झाले आहेत. त्यांपैकी एक म्हणजे, 'अक्करमाशी'मधील भाषा, प्रमाणभाषा असती तर ? 'अक्करमाशी'मध्ये बकाल वस्तीमधील लोकांची जशी भाषा आहे तशीच एखाद्या कवितेत शोभावी अशीही भाषा आहे. शब्द मला गौण वाटतात. त्यातील वेदना महत्त्वाची आहे. मी 'अक्करमाशी' या माझ्या आत्मकथनाकडे एक कलाकृती म्हणून पाहात नाही; ही कैफियत आहे. या पुस्तकाकडे सामाजिक अत्याचाराची एक घटना म्हणून पाहावे, हा हेतू आहे.

काहीजणांना 'अक्करमाशी' काल्पनिक वाटतं. इतकं कुठं खरं असतं का ? पहिल्यासारखी जातिव्यवस्था आज कुठे आहे ? मी शरीरानं खूपच लहान दिसतो. मग ही मंडळी चढत्या स्वरात मला प्रश्नांचा भडिमार करतात. एक प्राध्यापिका म्हणाली, "तुम्ही खूप तरुण आहात. इतकं जगलं असाल असं मला वाटलं नव्हतं." आत्मकथा लिहिण्यासाठी वयाची साठ-सत्तर वर्षं थांबावं लागतं आणि मी मात्र मिशा येण्याच्या वयात हे सगळं लिहितोय. तेव्हा मला भेटणारे आश्चर्यचकित होतात.

"अरे व्वा ! आम्हाला तर वाटलं होतं, तुम्ही खूप मोठे असाल ! धट्टेकट्टे ?" लेखकाचं वय, शरीर, कपडे या बाबतीत आपल्याकडं साचेबंद कल्पना ठरलेल्या असतात.

'अक्करमाशी' मध्ये काही स्त्रियांची वर्णने आहेत. या स्त्रिया कोण असाव्यात ? हा एक आमच्या गावातील कुतूहलाचा विषय. मी कुणा शेवंतावर प्रेम केलं ? ही शेवंता कोण ? तिचं खरं नाव काय ? ती आता कुणाची पत्नी आहे ? राधा कोण ? हे प्रश्न मला व माझ्या जवळच्या मित्रांना विचारले जातात. 'अक्करमाशी' वाचलेल्या एका माझ्या रसिक मित्राचा भलताच हट्ट. त्याला शेवंताला पाहायचं असतं. त्याला मी समजावून सांगण्याचा प्रयत्न करतो; पण त्याची समजून घेण्याची तयारीच नाही. त्याचं म्हणणं हे की,

'एक तर मी शेवंताला दाखवावं; नाहीतर हे सगळं खोटं आहे हे कबूल करावं.'

मला वाटलं आपण उगाच आत्मचरित्र लिहिलं.

'अक्करमाशी' पुस्तक जवळच्या मित्राला वाचायला द्यायचं म्हटलं, की जिवावर येतं. घुसमटल्यागत होतं. आपण रांडेचे पोर असल्याचं या मित्राला कळालं तर ? आपण जगलेलं दरिद्री जीवन, जात, डुक्कर खाल्लेलं यानं वाचलं तर ? असे

प्रश्न मला सतावतात. माझा एक मित्र बँकेत नोकरी करतो. एकदा त्याच्या बायकोच्या हाती 'अक्करमाशी' पडलं, तर तो कावराबावरा झाला. त्याला वाटत होतं, की आपल्या बायकोनं 'अक्करमाशी' वाचू नये; कारण त्या मित्राचाही उल्लेख या आत्मकथेत आहे. तो मात्र हे सर्व विसरू पाहातो आहे.

मला आता हे जगलेलं जीवन भयावह वाटतं. पण मी हे सर्व कसा काय जगलो हे कळत नाही. या पुस्तकातील दारिद्र्य, अपमान खरा आहे. पण माझी बहीण हे सर्व नाकारते. 'हे सर्व खरं आहे' असं म्हटल्यानंतर आपली सासरी काय इज्जत राहणार असं तिला वाटतं. पुस्तक प्रकाशित झाल्यानंतर गावात बऱ्याच जणांनी वाचलं. ज्यांचा ज्यांचा संबंध आहे त्यांना राग आला.

'लिहायचंच होतं तर स्वत:बद्दल लिहावं. गावाबद्दल लिहिण्याचा याला काय अधिकार ?' अशीही प्रतिक्रिया होते.

पण आता या भावना हळूहळू बदलत आहेत. गावातील अनेकजण भेटतात; कुतूहलानं बोलतात.

मी आत्मचरित्र लिहितोय म्हटल्यानंतर माझ्या घरातील लोकांना आनंद झालेला. आपलं नाव पुस्तकात छापलं जाणार याचं त्यांना कौतुक. पण मी जे लिहिलं ते घरी कळल्यावर सर्वच नाराज झाले. माझे काका यशवंतराव पाटील ह्यांनीच मला वाचण्याची गोडी लावली. मला अनेक पुस्तके वाचण्यासाठी पुरवली. एकदा काकाचं आणि मसा मायीचं भांडण झालं. काकांनी मला जवळ बोलावून घेतलेलं.

"शरण्या, हे एकदा सगळं तू लिही."

त्यांचे ते शद्ब मला आजही आठवतात. माझी आजी संताबाई. तिचं म्हणणं हे की,

'आम्ही याला लहानाचं थोर केलं पण यानं आमची जगात अब्रू घालवली. उपकार फेडला.'

मला अनौरस मुलांचा प्रश्न महत्त्वाचा वाटतो. भारतीय घटनेच्या १४ व्या कलमात, 'कायद्यापुढे सर्व समान आहेत' — असं म्हटलेलं आहे. पण 'पर्सनल लॉ' मात्र या मूलभूत हक्क विरोधी आहेत. 'पर्सनल लॉ' औरस आणि अनौरस असा भेद करतात. औरस मुलाला वडलांच्या संपत्तीचे सर्व वारसा हक्क मनमुराद दिलेले आहेत. पण अनौरस मुलांचे काय ? तोही त्याच वडलांपासून जन्मतो. त्याची काय चूक असते ? एखाद्या माणसाला अनौरस ठरवून त्याचे हक्क नाकारणे म्हणजे त्याच्या मनुष्यत्वाची विटंबना होय. 'एक माणूस : एक मूल्य' हे घटनेतील तत्त्व बेगडी ठरते.

'अक्करमाशी' लिहून लिंबाळेनं दलित समाजाची बदनामी केली आहे,' असा एक सूर ऐकतो आहे. तेच ते महारांचे जीवन, जनावरे ओढणे, फाडणे, बकाल वस्त्या

याचा समाजाला काय उपयोग ? 'हे लिहिलं नसतं तर बरं !' असं काहीजण सांगतात; तर 'समाजाच्या वाईट प्रथा आणि घाणेरडं जीवन याबद्दल लिहून तुम्ही प्रसिद्धी मिळवता' — असं काहीजण सुनावतात.

'तुमचं लेखक म्हणून नाव होतं आणि समाजाची बदनामी होते. दलित स्त्रियांवर बलात्कार होतो, असं दलित लेखकांनी लिहू नये,' असं या मंडळींचं म्हणणं असतं.

पाटील, सरपंच, सावकार अशा पदांवर वावरणाऱ्या काही मंडळींनी दलित स्त्रियांशी संबंध ठेवले. अशा प्रतिष्ठितांची बदनाम संतती आज समाजात आहे. त्यांचेही काही प्रश्न, समस्या आहेत; त्या मी 'अक्करमाशी' मध्ये मांडल्या आहेत. पण 'अक्करमाशी' हे दलितांचं दुःख नाही. शरणकुमार लिंबाळे 'अक्करमाशी' लिहून हे दलित समाजावर 'दलितांचं दुःख' म्हणून लादत आहे. असंही ऐकायला मिळतं.

'अक्करमाशी' हे दलित साहित्य नाही हे जसं ऐकायला मिळतं तसंच 'आपण आता बौद्ध झालो आहोत. बौद्ध साहित्याची निर्मिती केली पाहिजे. जुने उगाळत न बसता नवे लिहिले पाहिजे' असंही सांगणारे खूप आहेत. दलित वाचकांकडून प्रतिकूल प्रतिक्रिया ऐकायला मिळतात आणि सवर्ण वाचक मात्र चांगल्या प्रतिक्रिया व्यक्त करीत आहेत. 'आम्ही कसल्या सडलेल्या अवस्थेमध्ये जगत आहोत हे 'अक्करमाशी'मध्ये आहे. 'अक्करमाशी' सारखे पुस्तक यापूर्वीच लिहायला हवे होते. 'अक्करमाशी' वाचून, आम्ही सवर्ण आहोत याबद्दल अपराध वाटला'— असं म्हणणारे काही आहेत; तर काही महाभाग असेही असतात की, 'दलित साहित्यामुळे क्रांती, परिवर्तन काही होणार नाही. मध्यमवर्गीय समाज हा केवळ 'रुचिपालट' म्हणून दलित साहित्य वाचतो. उलट दलित साहित्यातील विद्रोही जाणिवांमुळे दलित व दलितेतर यांच्यातील दरी वाढेल— ' अशी भीती काहीजण व्यक्त करतात.

'प्रत्येक गावात एक दोन चवचाल स्त्रिया असतात—' असं मी जेव्हा ऐकतो तेव्हा मला प्रश्न पडतो की, स्त्रियाच का चवचाल असतात ? विशेष करून दलित स्त्रीच्या संबंधातच का ? पुरुष का चवचाल असत नाहीत ? स्त्री चवचाल असते असं म्हणणं म्हणजे बदनाम पुरुषाच्या कुटील कृत्यावर पांघरूण घालणे होय.

'अक्करमाशीचं योग्य संपादन झाले नाही. पुस्तक योग्य कालानुक्रमाने लिहिले नाही. पुस्तक वाचताना मनाची पकड लवकर घेत नाही. पुस्तकात अनुभव-कथनापेक्षा काव्य, भाष्य, चिंतनच अधिक आहे. 'अक्करमाशी'मधील नात्यांची लवकर ओळख होत नाही. 'अक्करमाशी'मधील स्त्रियांकडं पाहण्याचा लेखकाचा पारंपरिकच दृष्टिकोण आहे' अशा अनेक प्रतिक्रिया आहेत.

'हे जीवन माझे नाही; माझ्यावर लादलेली ही गुलामी आहे—' अशा नकारसुराने या आत्मनिवेदनात मूळ धरलेले आहे. या आत्मकथा अन्याय अत्याचारांच्या

आयुष्यातील दाहक आठवणी अधोरेखित करून देत असतात; तर यजमान संस्कृतीला त्याचा जाब विचारत असतात. 'आम्ही या समाजव्यवस्थेचे बळी आहोत,' असाच हा कोरस असतो. एकीकडं ही सडलेली समाजव्यवस्था आहे, यावर बोट ठेवत असताना 'ही व्यवस्था आता बदलली पाहिजे' या दिशेकडेही बोट दाखवत असतात. रोग्याने वैद्याला आपल्या व्यथा, वेदना सांगाव्यात, तसे दलित आत्मकथनांनी सांस्कृतिक प्रश्न उपस्थित केले आहेत. आपण या प्रश्नांची उकल न करता, त्यांची कलात्मक लांबी-रुंदीची चर्चा करत बसलो तर ती सांस्कृतिक अफरातफरच होईल.

दलित आत्मकथा ऐन तारुण्यात लिहिल्या आहेत. त्याचे एक कारण असे आहे की, आरंभीच्या आयुष्यातील दाहक अनुभव विस्मृतीच्या गर्तेत जाण्याची शक्यता असते. ते ज्या त्या वेळीच लिहिणे महत्त्वाचे असते. नंतर हे अनुभव पुसट होण्याचा धोका असतो.

आत्मकथेत अनुभव हा 'रॉ मटेरिअल' असतो. लेखक त्याचा अनुभव त्याच्या आत्मनिवेदनात नोंदवत असतो. आयुष्य म्हणजे काय टेपरेकार्डर नव्हे, जेव्हा 'जे हवे ते' बटन ऑन करून ऐकायला. आत्मकथा लिहिताना लेखकाला आपलेच अनुभव परत परत आठवावे लागतात. स्मरणशक्तीला ताण द्यावा लागतो. लेखक अशा वेळी आपल्या आयुष्याचं उत्खनन करीत असतो. पाणबुड्यासारखा तो आपल्या गत आयुष्यात बुडत असतो. अनुभव शोधत असतो. अनुभवांची टिपणे काढावी लागतात. नोंद ठेवावी लागते. नंतर हे सर्व संगतवार संपादित करून लिहावे लागते.

आत्मकथेत गत जीवनातील अनुभव व्यक्त झालेले असतात. हे निखळ, अकृत्रिम अनुभव नसतात; जगून झालेल्या, काही काळ लोटलेल्या प्रसंगांच्या या आठवणी असतात. हे 'आठवणींचे पक्षी' असतात. हे पक्षी जेव्हा कागदावर उतरू लागतात, तेव्हा त्या लेखकाच्या मनाचा भाव-स्वभाव, वृत्ती-प्रवृत्ती, प्रतिभा, लेखनशैली, जीवन-दृष्टिकोण त्या अनुभवात समग्रपणे व्यक्त झालेले असतात. लेखक गंभीर वृत्तीचा आहे की विनोदी, वृद्ध आहे की तरुण, जीवनवादी आहे की कलावादी यावर त्याच्या अनुभव मांडणीचे रूप-स्वरूप आधारलेले असते. त्यामुळे आत्मकथेत व्यक्त होणारे अनुभव हे अनुभव नसून त्या जगून झालेल्या अनुभवांच्या आठवणी असतात. त्यामुळे हे साहित्यात व्यक्त झालेले 'वास्तव' असतं; पण जीवनातल्या वास्तवापासून ते खूप दूरचे असते.

आत्मकथेत आलेले सर्व अनुभव हे त्या लेखकाचे विशेष अनुभव असतात. सामान्य अनुभव हे त्या साहित्याचे विषय होत नाहीत. सामान्य अनुभव काळाच्या ओघात विसरूनही गेलेले असतात. विशेष अनुभव मात्र सतत आठवणारे, मनावर कोरलेले असतात आणि त्यांनाच साहित्यात शब्दरूप होण्याचा मान मिळतो. दुसऱ्याला

आनंद देईल किंवा दुःख-अस्वस्थपणा येईल असेच अनुभव लेखक शद्बात मांडत असतो.

सोशल सेन्सॉरपेक्षा कलावंतांची सेन्सॉर महत्त्वाची असते. समाज जसा एखादी कलाकृती चांगली किंवा वाईट ठरवीत असतो तसा कलावंतही आपली कलाकृती पूर्ण करीत असताना काही प्रसंग चांगले आणि वाईट ठरवीत असतो. नीती, परंपरा, कायदा, समाज, नाती, खासगी जीवन, हितसंबंध आणि प्रतिष्ठा अशा अनेक दडपणाखाली लेखक जगत असतो. आत्मकथा लिहिताना पूर्णपणे निर्भय आणि निर्लज्ज होणे महत्त्वाचे असते.

आत्मकथेत असत्य घटनांना अजिबात स्थान नसते. आत्मकथा मुळात सत्य घटनांची नोंद असते. म्हणूनच आत्मकथा इतर वाङ्मय-प्रकारापेक्षा वेगळी असते. आत्मकथेचे यश हे तिच्यातील सत्य घटनेच्या निकषावर असते. 'बलुतं' आत्मचरित्र म्हणून चर्चित ठरले. कादंबरी असते तर इतके चर्चित होऊ शकले नसते. जगलेलं जीवन जसंच्या तसं लिहिणे हे इतर वाङ्मय-प्रकारापेक्षा निश्चितच सोपे असते.

कथा, कादंबरी, नाटक या प्रकारांत कलावंत पात्रांना नायक, खलनायक, सज्जन-दुर्जन रंगवू शकतो; पण आत्मचरित्रात असे स्वातंत्र्य नसते. आत्मकथा आणि लेखक यात रक्ताचे नाते असते. आत्मकथेतील सर्व पात्रे आणि लेखक यात जिव्हाळ्याचे नाते असते, वैर असते, प्रेम असते; त्यामुळे आत्मकथा इतर वाङ्मय प्रकारापेक्षा जिवंत वाटते.

।। ३ ।।

'दलित आत्मकथा' हा बहुचर्चित ठरलेला वाङ्मय-प्रकार आहे. दलित कविता आणि समीक्षा, यामुळे दलित साहित्याचा विकास झाला; तर आत्मकथेमुळे हे साहित्य समृद्ध झाले. दलित आत्मकथेने काही वाङ्मयीन व काही अवाङ्मयीन प्रश्न उपस्थित केले आहेत. दलित आत्मकथेमुळे संपूर्ण अभिरुचीची सोपान-परंपरा अंतर्मुख झाली आहे, हे नाकारता येत नाही.

दलित आत्मकथेमुळे वाचकांच्या मनातही प्रश्नांचं मोहोळ उठलेलं दिसतं. सभा, संमेलनं आणि चर्चेतून या प्रश्नांना उत्तरं दिली जातात. ही उत्तरं ऐन वेळी सुचलेली, वेळ निभावून नेणारी असतात. कधी समर्थन करणारी, कधी सत्य; तर कधी मूळ प्रश्नाला बगल देणारी असतात.

दलित आत्मकथेवर जो आरोप केला जातो तो म्हणजे दलित लेखकांनी आपल्या दुःखाचे भांडवल करून बाजार मांडलेला आहे. असा आरोप होण्याचं कारण म्हणजे, दलित आत्मचरित्रांना मिळणारी प्रसिद्धी आणि पुरस्कार होय. दलित

आत्मचरित्राला जी प्रसिद्धी मिळाली, ती त्यातल्या वेगळ्या अनुभवामुळं. दलित आत्मचरित्रं छापली व विकली गेली, तीही त्यातल्या वेगळ्या अनुभवामुळं. 'चौकटीबाहेरचं विश्व' या पुस्तकांनी मराठी साहित्यात आणलं आहे. लक्ष्मण गायकवाड आणि लक्ष्मण माने या लेखकांच्या पहिल्याच पुस्तकाला साहित्य अकादमीचा पुरस्कार मिळतो, त्यांचे सत्कार केले जातात; पण आयुष्यभर लिहूनही काहीजणांना पुरस्कार, प्रसिद्धी मिळत नाही. यामुळे अशा पुस्तकांच्या विरोधात मतप्रदर्शन केलं जातं.

'आपणही दलित आत्मचरित्र लिहिलं पाहिजे' ही भूमिका म्हणजे 'राखीव जागेसाठी' जात बदलणाऱ्यांपैकी असते. दलित आत्मचरित्रातला मजकूर खळबळजनक असतो, असाही एक आरोप आहे. खरं तर हे वाचणाऱ्यांच्या जाणिवेच्या कक्षेवर अवलंबून असतं. मला मराठी साहित्य रुपेरी, रंजनवादी वाटतं. तसं इतरांनाही दलित साहित्य अश्लील, ग्राम्य आणि सनसनाटी वाटतं. आम्ही दलित लेखक जेव्हा सभा-संमेलनाच्या निमित्ताने एखाद्या मध्यमवर्गीय संयोजकाच्या घरी जातो, तेव्हा तिथलं वातावरण पाहून स्तंभित होतो. तसंच, मध्यमवर्गीय चौकटीतली माणसं झोपडपट्ट्यांतलं जीवनच काय पण त्या जीवनाचं साहित्यात प्रतिबिंबित झालेलं चित्रणही नीटपणे वाचू शकत नाहीत.

'काय भोगलंय !' हा उद्‌गारवाचक अभिप्राय म्हणजे, 'आपण यांच्यापेक्षा खूप सुखी आहोत' असा आत्मसंतुष्ट सुस्कारा असतो. हे खरं आहे की, आता ग्रंथालयातील कपाटात दलित साहित्याचा वेगळा कप्पा तयार होत आहे. 'मी हे वाचलं' हे सांगण्यासाठी किंवा 'काही तरी वेगळं' म्हणूनही दलित साहित्य वाचलं जात असलं पाहिजे. कोणी कसं वाचावं हे आम्ही सांगू शकत नाही. 'ही आत्मचरित्रं मध्यमवर्गीय वाचकाला नजरेसमोर ठेवून लिहिली गेली आहेत,' असाही एक सूर आहे. लिहिताना नजरेपुढं काही नसतं; असतात फक्त अनुभवांच्या आठवणी. या आठवणी अक्षरात मांडण्याचं काम लेखक करीत असतो.

'दलित आत्मचरित्र' मध्यमवर्गीय वाचक वाचतात हे खरं आहे. 'ज्यांच्यासाठी लिहीलं जातं ते वाचत नाहीत—' हे अर्धसत्य आहे. कारण ज्यांच्यासाठी लिहिलं जातं तो समाज बहुसंख्येने अक्षरशत्रू आहे. त्यांना शिक्षणापासून आजवर वंचित ठेवलेलं आहे. त्यांना वाचता कसं येईल ? मध्यमवर्गीय वाचकांनीदेखील हे वाचलं पाहिजे. त्याशिवाय त्यांना दलित समाजाचे प्रश्न कसे कळणार ? लोकांना व्यथा, वेदना कळाव्यात; म्हणून तर आम्ही लिहितो. आम्ही आमच्या पुस्तकांकडे प्रबोधनाचं माध्यम म्हणून पाहतो.

दुसरी बाजू अशी आहे. दलित वाचकाला दलित आत्मचरित्र आपल्या समाजाची अब्रू चव्हाट्यावर मांडणारी वाटतात, सवर्ण वाचकाला ती सनसनाटी

वाटतात; तर प्रकाशकाला ती खपाची वस्तू वाटतात.

दलित वाचकाला आपली बेअब्रू होते आहे, असं का वाटतं ? या मानसिकतेची कोणती कारणं आहेत ? एखाद्या स्त्रीवर जर बलात्कार झाला तर तो सांगू नये; कारण तिची अब्रू जाते. तिने तो अन्याय निमूटपणे सहन करावा, अशी ही मानसिकता आहे. एक म्हणच आहे, 'मान सांगावा जनात, अपमान ठेवावा मनात.' आपला अपमान, अन्याय सांगू नये ही पारंपरिक वृत्ती आहे. शिकला सवरला राखीव जागेतला माणूस हा भूतकाळ निर्भयपणे सांगू शकत नाही. पण हे सांगणं गरजेचं आहे. गुलाम-परंपरेची चर्चा झालीच पाहिजे.

'बलुतं' व 'उपरा' या पुस्तकांना फोर्ड फौंडेशन मिळालं आहे; तर 'उपरा' व 'उचल्या' या पुस्तकांना साहित्य अकादमीचा पुरस्कार लाभला आहे. यामुळेच अनेक वाचकांचं चित्त विचलित झालं आहे.

एखाद्या चांगल्या कलाकृतीचा बहुमान होणं यात काय गैर आहे ? पैशापेक्षा आपण पुरस्काराकडे का पाहात नाही ? हाच सन्मान यापूर्वी मराठी लेखकांना मिळाला आहे; पण दलित लेखकाला मिळाला की टीका होते.

'फोर्ड फौंडेशन' ही शिष्यवृत्ती अमेरिकेतली आहे. त्यामुळे दलित लेखक अमेरिकेला विकला जातो किंवा 'पुरस्कार देऊन दलित लेखकाला संपविण्याची मोहीम चालू आहे.' 'ब्राह्मणी सौंदर्यशास्त्राच्या निकषावर दिलेला पुरस्कार का स्वीकारायचा ?' अशी ही टीका होते.

वाचणाऱ्यांपेक्षा लिहिणारा थोडा अधिक सुजाण असतो. ज्यांनी चळवळी चालवल्या, चळवळीसाठी लिहिलं, आंबेडकर, फुले हे ज्यांचे आदर्श आहेत, अशी माणसं विकली जातात, ही मध्यमवर्गीय वाचकांची भीती आहे. पुरस्काराची रक्कम ही शासनाची, पर्यायाने लोकांची असते. पुरस्कार देऊन कोणी कोणावर उपकार करत नाही. दलित लेखक पुरस्कार कधीच मागत नाही. त्याला तो मिळतो. आपल्याला साहित्य अकादमीचा पुरस्कार मिळाल्याचं लक्ष्मण गायकवाडला दुसऱ्या दिवशी कळलं. त्यांना साहित्य अकादमी म्हणजे काय, हेही माहीत नव्हतं.

दलित साहित्याला 'गटारसाहित्य' म्हटलं जात होतं. आज या साहित्याचा बहुमान होतो आहे. वाचकांची अभिरुची बदलत आहे.

'दलित साहित्यावर ब्राह्मणी साहित्याचा प्रभाव आहे'— अशी टीका होते. काही आत्मचरित्रांत मध्यमवर्गीय भाषा, प्रतिमा आल्या आहेत. 'आठवणींचे पक्षी' या आत्मचरित्रातली सहजता 'बलुतं'मध्ये नाही. 'उचल्या'मधली रांगडी भाषा, 'उपरा' मध्ये नाही. 'अक्करमाशी' वास्तवापेक्षा कवितेच्या पातळीवरच जास्त जाते. समकालीन साहित्याचा प्रभाव हा प्रत्येक कलाकृतीवर असतोच; पण त्याचे परिणाम किती हे

महत्त्वाचं आहे. दलित साहित्य हे मराठी साहित्याचं अनुकरण असतं, तर ते इतकं चर्चित ठरलं नसतं. केवळ भाषा, प्रतिमा, प्रतीकं मराठी भाषेतली आहेत; म्हणून दलित साहित्यावर मध्यमवर्गीय जाणिवांचा प्रभाव आहे, असं म्हणणं संयुक्तिक होणार नाही.

हेही तितकंच खरं आहे की, दलित लेखकाला केवळ मायबोलीत लिहिणं शक्य नाही. कारण ही भाषा वाचकाला कळत नाही. याचा विचार लेखकाला लिहिण्यापूर्वी करावा लागतो. त्यामुळे प्रमाणभाषा स्वीकारावी लागते. काही आत्मचरित्रांत काही प्रसंग अधिक रंगवून सांगितले आहेत. आपलं पुस्तक चर्चित व्हावं म्हणून काही भडक प्रसंग घुसडले आहेत. काही वर्णनं सविस्तर दिली गेली आहेत. यामुळे दलित आत्मचरित्रांनी 'पोज' घेतल्याचे जाणवते.

काही अतिरंजित प्रसंगांमुळे सर्वच आत्मकथन खोटं असतं, हे अनुमान चुकीचं आहे. आत्मचरित्र जितके सत्य असते तितकेच सत्य सांगताना असत्याचा आधार घेतलेला असतो. आत्मचरित्रातली नावं, गावं, स्थळं ही काल्पनिक असावी लागतात. मराठी आत्मचरित्रापेक्षा दलित आत्मचरित्रातले वास्तव व जीवन माणसाला आयुष्यातून उठवणारं आहे. चांगल्या प्रसंगासाठी खरी नावं सांगता येतात पण वाईट प्रसंगी हे शक्य नसतं. 'बलुतं' मधली 'सलमा' आणि 'अक्करमाशी' मधली 'शेवंता' य स्त्रिया खऱ्या असल्या तरी त्यांची नावं काल्पनिक आहेत.

आत्मचरित्र म्हणजे जगलेलं, भोगलेलं आणि पाहिलेलं आयुष्य असतं. या आठवणी सत्य प्रसंगांच्या असतात. म्हणूनच 'बलुतं' प्रकाशित झाल्यानंतर दया पवार यांना, 'उपरा' मुळं लक्ष्मण माने यांना आणि 'उचल्या' या पुस्तकामुळे लक्ष्मण गायकवाड यांना त्रास सोसावा लागला; लागतो. लक्ष्मण गायकवाड मला बोलताना म्हणाले होते,

"शरण, लाख रुपये मला महागात पडले. एकेक रुपयाला एकेक शिवी पडली !"

"लाख रुपये मिळाले म्हणून समाज ओरडतो आहे; पण लाखात आमचीही भागीदारी आहे," असं म्हणून लक्ष्मण गायकवाडच्या बंधूंनी प्रकरण न्यायालयात नेलं होतं. कारण 'आमचा उल्लेख आत्मचरित्रात आहे तर आम्हालाही पैसे मिळायला हवेत.' दया पवारांनाही हा त्रास झाला आहे.

'दलित लेखक बंगल्यात राहात आहेत. त्यांची बांधिलकी संपली आहे — ' अशीही ओरड आहे. सर्वच दलित लेखक बंगल्यात राहात नाहीत. ज्या लेखकांना उत्तम घर मिळाले आहे, त्यांनी चांगले राहावे, चांगले कपडे वापरावेत, हा कौतुकाचा विषय व्हावा. दलित लेखकांनी झोपडीत राहून लेखन करावं हा कसला दुराग्रह ?

'आत्मचरित्रानंतर दलित लेखक संपतो—' हे धादांत खोटे आहे. एक दोघांचं उदाहरण सोडलं तर प्रत्येक दलित लेखकाच्या नावावर तीनपेक्षा जास्त पुस्तकं आहेत.

काहींची संख्या दहा-पंधरा पुस्तकांपर्यंतची आहे. केवळ आत्मचरित्र चर्चित झाल्यामुळं वाचकांना माहीत होतं; बाकीचं कुणी वाचण्याच्या भानगडीत पडत नाही. सर्वच लेखकांची सर्वच पुस्तकं चांगली नसतात. एखादी कलाकृती उंचीची असते.

'दलित लेखकांनी सतत लिहिलं पाहिजे—' हा आग्रह म्हणजे दलित लेखकाला (रोबो) यंत्रमानव समजण्यातलाच प्रकार आहे. कुठल्याही लेखकाला काही उसंत घ्यावी लागतेच.

'दलित लेखक चळवळीपासून दूर गेला आहे,' असाही एक सूर आहे. दलित साहित्य एक चळवळ आहे. दलित लेखक एक कार्यकर्ता आहे. तो साहित्याच्या माध्यमातून आपले प्रश्न मांडतोच आहे. शिवाय तो शासकीय सेवेत असतो. त्यामुळेही त्याच्या काही मर्यादा असतात. सर्वच पातळ्यांवर एकट्यानं लढावं ही आग्रही भूमिका झाली.

पुरस्कारामुळं लेखकाच्या पदरात चार पैसे पडतात आणि चारजणांत प्रतिष्ठा मिळते. त्याचबरोबर या पुरस्कारामुळं जी वाचकांत आणि वर्तमानपत्रांतून चर्चा होते, ती खूप महत्त्वाची आहे. 'उचल्या' या पुस्तकाला पुरस्कार मिळाला नसता, तर या पुस्तकातील प्रश्नांविषयी चर्चा झालीच नसती.

॥ ४ ॥

'अक्करमाशी' मराठीमध्ये पुस्तकरुपाने प्रकाशित होण्यापूर्वी दोनेक वर्षे अगोदर गुलबर्ग्याच्या 'अनुबंध' ह्या त्रैमासिकातून क्रमश: प्रकाशित होत होते. हे लेखन वाचून गंगाधर पानतावणे सरांनी 'अस्मितदर्श' साठी अक्करमाशी पाठववावे अशी सूचना केली. पुढे काही भाग क्रमश: अस्मितादर्शमधून प्रकाशित झाला. कन्नडमध्येही सा. सुद्धी सांगाथी, बेंगलोर ह्या साप्ताहिकामधून अक्करमाशीचा कन्नड अनुवाद वर्षभर क्रमश: प्रकाशित झाला. त्यानंतर नवकर्नाटक प्रकाशन, बेंगलोर ह्यांनी 'अक्करमाशी'ला पुस्तकरुपात प्रकाशित केले. हिंदीमध्येही अक्करमाशीचा अनुवाद दिल्लीच्या 'संचेतना' ह्या मासिकामध्ये वर्षभर क्रमश: प्रकाशित झाल्यानंतर दिल्लीच्या प्रभात प्रकाशनाने पुस्तक रुपात प्रकाशित केले. पंजाबीमध्ये हा अनुवाद जालंधरच्या दै. नवा जमाना ह्यामध्ये वर्षभर क्रमश: प्रकाशित झाला आणि त्यानंतर लोकगीत प्रकाशन, जालंधर ह्यांनी त्याचे पुस्तक प्रकाशित केले. मल्याळमध्ये हा अनुवाद दै. मातृभूमी, कोझीकोडे ह्यामधून प्रकाशित झाला. त्यानंतर मातृभूमी प्रकाशन, कोझीकोडे ह्यांनी ते पुस्तक रूपात प्रकाशित केले. 'अक्करमाशी'चा तमिळ अनुवाद वडियल पाथीपगम, कोईमत्तूर ह्या प्रकाशनाने प्रकाशित केले आहे. 'अक्करमाशी' या गुजराथी अनुवाद अहमदाबाद इथल्या 'सा. दिशा' मधून वर्षभर क्रमश: प्रकाशित झाला आहे. कन्नड आणि हिंदीमध्ये

'अक्करमाशी' वर आधारीत नाटय प्रयोगही सादर झाले. 'अक्करमाशी' चा विद्यापीठीय संशोधनात आणि अभ्यासक्रमातही समावेश झाला. ह्याचे सर्व श्रेय माझ्या वाचक आणि प्रकाशकांचे आहे. 'अक्करमाशी' इंग्रजीत Oxford University Press ह्यांच्याकडून प्रकाशित झाले आहे.

'अक्करमाशी'ची ही पाचवी आवृत्ती संशोधित रुपात प्रकाशित होत आहे. ह्यात मुद्रणदोषांबरोबरच काही महत्त्वाच्या दुरुस्त्याही केलेल्या आहेत. त्याच बरोबर काही कठीण शब्दांचे अर्थही दिले आहेत. त्यामुळे 'अक्करमाशी' वाचताना ह्याची मदत होणार आहे. पुस्तकाचं नवंपण जाणवावं म्हणून मुद्दाम मुखपृष्ठही बदलले आहे. हा बदल वाचकांना निश्चित्तच आवडेल, असा विश्वास वाटतो.

— **शरणकुमार लिंबाळे**

त्या दिशी शाळंची सगळी पोरवं वनभोजनाला निगाल्ते आन् आमीमातूर पाठीवर शाळंच्या पिशव्या टाकूनशानी शाळंत आल्तो. गुर्जीनं आमालाबी भाकरी बांधून आणा म्हणून सांगितलं. शाळा नसल्याच्या आनंदात *करीच्या बैलावानी* घराकडं पळत सुटलो.

चटणीभाकर बांधून आमीबी पोरावात सामील झालो. पोरं सगळे रांगेनं ऊभारत हुते. इतक्यात जनामाय हातात चिपाट घिऊन आली. मशाला रांगेतून वढून बाहीर काल्ढी. मशा रडू लागला. जनामाय त्येला दरदरा वढू लागली. मशाला आमच्यासंग वनभोजनाला यायचं हुतं; पर जनामाय ऐकत्याय कुठं ?

"मशा, मुकाट्यानं चल; न्हैय तर लाथ घालीन. तुझा बाप बिनभाकरीचा गेलाय् खड्ड्याला. त्येला भाकर नेऊन देयाचं हाय. न्हैय तर उपाशी मरील दिसभर. सांच्याला आल्यावर तुझं खांडं घालील; चल !'' जानामाय मशावर कावत हुती, शिव्या हासडत हुती; चिपाटानं पाठीत मारत हुती.

पैलीपासून ते सातवीपातूरचे मास्तरं, पोरवं, पोरीवां असं येका जागी मिळून जाताना येगळंच वाटत हुतं. गवऱ्या येचाय आलेल्या बाया कवतिकानं बगत हुत्या. आमाला हुरूप आल्ता. मारत्या लेंडीत जनावर राकत हुता. मारत्याचा जीव खालीवर व्हत हुता. मारत्याची शाळा त्येच्या बापानं सोडवली आन् जनावराला लावलं. मारत्या गिरमल्लाच्यात राबाय हुता. मारत्याची सालाची पगार खाऊन-पिऊन शंभर रुपये हुती. मारत्याच्या मायीला लुगडं न्हौतं. घरात ऊपासमार होत व्हती. मारत्या चाकरी राहिल्यामुळे त्याचं पोट बाहीर पडलं होतं, त्याच्या भाकरीची चिंता मिटली हुती; आन् वर्साला चाकरी येनार हुती. त्या पैशात कपडे-लत्ते घेता येनार हुते. मारत्या संसाराला *ईड* व्हत हुता. आमी सगळे पोरवं रांगेनं जात हुतो. मारत्या म्हशीवर बसून गाणं म्हणत हुता.

दांडगी पोरं झाडावर चढू लागली. पळापळी सुरू झाली. पोरी फुगडी खेळू लागल्या. मास्तरलोक पत्ते खेळू लागले. मजाच मजा वाटत व्हती. पर म्या पडलो धाकटा. त्यामुळं दूर बसून बगत व्हतो. गवऱ्या येचनाऱ्या बायांना जसं कवतिक वाटत हुतं, तसंच मलाबी वाटत हुतं.

वाऱ्या बामनाची पोरं कबड्डी खेळत हुती. पर आमची महाराची पोरं येगळीच. परश्या, चंद्या ह्येनी शिवाशिवीचा खेळ सुरू केल्ता. महाराचा येगळा खेळ; गावच्या पोरांचा येगळा खेळ. दोन खेळं दोन वावटळीवानी.

जेवाय सुरुवात झाली.

वाऱ्या-बामनाचे, मारवाडी-मुसलमानाचे, तेल्या-कोळ्याचे, सोनार-मराठ्यांचे शे-दोनशे पोरवं, मास्तरं, पोरीवां येका वडाच्या झाडाखाली जेवाय बैसले — गोल पंगतीत. तर आमी महार-मांगाची पोरं येका झाडाखाली. श्लोक म्हनत जेवनाला सुरुवात झाली. आमाला श्लोकातलं कायबी कळत न्हौतं.

परश्याला भाकर बांधाय कापड न्हौतं; म्हनून त्येची भाकरबी माझ्याच भाकरीत बांधल्ती. चंद्यानं बोंबील आणलं हुतं. उंबऱ्याच्या भाकरीवर चटणीच व्हती. आमी भाकरी सोल्ड्या. गावातले पोरवं-पोरीवां आपली भाजी भाकरी मास्तरना देत व्हते. त्येनी कायबाय तळलेलं चांगलं-चुंगलं आणल्तं.

आमचं झाडबी फाटकं व्हतं आमच्यावानी. वाऱ्यानं फांद्या हलल्या, की उन्हानं तोंडावर वारा घालावा. झळा लागायच्या. फाटक्या सावलीत आमी बसल्तो. चंद्यानं आमाला बोंबिलाची भाजी दिली. आमीबी आमचं कोरड्यास त्येला दिलो. मला वाटलं, आपली चटणी-भाकर मास्तरला नेऊन द्येवावं का ? आपली भाकर मास्तर खात्याल का ? गावातल्या पोरावांच्या भाकरी चांगल्या हुत्या. त्येनच्या मायावांनी त्येनला तळलेलं करून दिल्तं. आमच्यापुढी मातूर शिळ्याच भाकरी. त्याबी पोटाच्या गारीला न पुरनाऱ्या.

पोट मसनवाट्यासारखं. कितीबी मडी गिळून मडी मागणारं. माय खवळून म्हनायची — "तुझं पोट हाय का अक्कलकोट ? टोपलं का बांधून फिरत न्हैच तोंडाला ?" अर्धी अर्धी भूक ठिवूनच उठावं लागायाचं. कारण सगळ्यालाच जेवाय मिळालं पायजे की ! एकट्यानंच पोटभर जेवून कसं भागील ? म्या तर टोपल्यातलं असलं-नसलं सगळं बांधून आणल्तो. अख्खा माळ गिळू लागलो; दगड-गोटं चावू लागलो.

गावातल्या पोरीवांनी आमालाबी वरून भाजी-भाकरी वाल्ढी. त्येवनी आमची चटणी-भाकर बगितली आशील म्हनून नाराजबी झालो. मला माझ्या भाकरीची लाज वाटू लागली. म्या खाल्ल्या मनानं जेवू लागलो.

गावातले पोरवं, मास्तर जेवत हुते. त्येवच्याजवळ पोरी बसल्या हुत्या. त्येवच्या गप्पा-टप्पा चालल्त्या. आमी मातूर घुबडावानी. आमच्यापुढी बोंबिलाची तुकडं. म्या घासाघासागणिक खिदळून हसणाऱ्या पोरीवाची व्हठं चावत हुतो.

जेवण झालं.

अनेक पोरावांच्या भाकरी उरल्या हुत्या. मास्तरनं उरलेलं सगळं अन्न कागदावर जमा कराय सांगितलं; आन् ते आमाला दिलं.

म्या अन् परश्या ती वनभोजनाची शिदोरी घेऊन परतत हुतो. पोरं-पोरी गमज्या करत चालले; पर आमचा सगळा जीव मुसऱ्याकडं. चंद्या डोस्क्यावर भाकरीचं गठुडं घिऊन चालला आन् आमी गिधाडावानी त्येच्यामागून झपाटून निघालो.

आक्रीला आमी सगळे गिरमल्लाच्या वावरात आलो. कागद उघडला. पोळी, धपाटी, भजे, लाडू, करंज्या, चपात्या याचे कित्तीतरी तुकडे त्यात व्हते. खमंग वास येत व्हता. आमी गोल बसलो. सपाटून खाऊ लागलो. कधी न्हाय ते मिळालं होतं. सगळे हरबाडलो व्हतो. हपापलो व्हतो. भिकाऱ्याच्या झोळीवानी आमचं पोट अधाशी झाल्तं.

घरी आलो. मायीला सांगितलं. माय भूकबळीवानी बघत म्हनाली, "आमाला जरा तरी आनू नये का ? उरलेलं अन्न अमृत असतंय."

पोटात गिरमल्लाचं वावर गलबलून आल्तं.

दुसऱ्या दिशी शाळेला गेलो. मास्तर वनभोजनावर निबंध लिवाय सांगत व्हते. सातवीचे पोरं लिव्हत हुते. म्या तिसरीत. आमालाबी यील तसं लिहा म्हनत व्हते. सातवीचा मास्तर आन् आमचा मास्तर तंबाकू खात बसले व्हते. दोनी वर्ग येकाच जागी भरायाचे. पोरं पटापट लिवाय लागले. म्या मातूर चिंतातुर झालो.

मास्तर माझ्यावर कावत व्हता. "भोसडीच्या, लिव्ह की ! बैल खाता येतं का ?" म्याबी पाटी-पेनसिल काढली. पाटीवर थुकलो. थुक्यानं पाटी सारवली. आंगीनं पाटी पुसली. पाटी पुसून पुसून आंगीचा पुढचा भाग मळकाढ्याण झाल्ता. काय लिव्हावं, कळत न्हौतं. म्या वनभोजन डोळ्यापुढं उभं केलं. त्या पंगती. वरून भाजी-भाकरी वाढणारे पोरवापोरवींचे हात. ते फाटकं झाड. मुसऱ्याची शिदोरी. मायीनं इच्चारलेला प्रश्न. बैल खाता येतं का म्हणणारा मास्तर.

कुटून सुरुवात करायची ?

□□□

आमची शाळा इठुबाच्या, न्हैय तर महादेवाच्या देवळात भरायची. शाळेच्यामधी,

म्हंजी देवळात असायाची वान्या-बामनाची पोरं. येका बाजूला पोरी. नंतर चांभाराची; मग महारा-मांगाची. दरवाज्याजवळ. मांगाचा अर्ज्या आमच्यात मिसळून बसायाचा न्हाय. आमी महाराची म्हनून मास्तर दर शनिवारी आमाला शाळा सारवाय लावायचे. शेण धरण्यात, शाळा सारवण्यात मास्तर मला शबासकी देयाचे. घरात म्या काम करायाचा न्हैय, की इकडली काडी तिकडं करायाचा न्हैय; पर शाळंत ठरलेला रोजचा *'पाडेवार'* व्हावं लागायचं.

येकदिशी झाडू मारत मारत म्या देवळाच्या भर मधात गेलो. आपून देवळात शिरलावं येचा मला लैय आनंद झाला. लगेच कुणीतरी बगील म्हनून कावराबावराबी झालो. जवा सरावण म्हैना सुरू व्हयाचा, तवा शाळा देवळातनं दुसरीकडं भरायची. कवा गंगूबायच्या वाड्यात, कवा मारवाड्याच्या वाड्यात, न्हैय तर भुताळसिद्धीच्या *गुडीत.* येकदा परश्या भुताळसिद्धाच्या देवावर मुतल्याचं आठवतंय. परश्या लैय कडू हुता. परश्याला देव बघून घील, त्येचं गडीपण जाईल, भाड्यानं उगच देवावर मुतलं म्हनून म्या घाबरायचो. 'तोबा तोबा' करायाचो.

आमीबी धर्मानं हिंदू. आमीबी माणसं हावं. गावातली सगळी पोरं देवाजवळ जातात; पर आमाला देवळात जाता येत न्हाय. 'मुले म्हंजी देवाघरची फुले.' आमी देवाघरची फुले न्हौतो. आमी गावाबाहीरचा केरकचरा. एकाच शाळेत अनेक जातींची गटं. आमच्या वस्तीची गावापासून नाळ तोडलेली. जणू गावाची फाळणी करून गावाबाहेर टाकलेलं. आमी लहानपणापास्नंच वाढत असताना इथं परक्यावानी वाढायाचो. वयाबरोबर हा परकेपणा वाढायाचा. मला माझं बालपण आजबी भयावह वाटतंय.

सरावण म्हैना असल्यानं आमची शाळा गंगूबाईच्या वाड्यात भरत हुती. म्या पैल्यांदाच त्या वाड्यात गेल्तो. पोरात जाऊन बैसलो. पर त्या वाड्यातल्या तेल्याच्या महाद्यानं कसं बगितलं की; त्यो पळतच आला. त्येनं माझी पाटी-पुस्तकं *हिबाळली* आन् मुस्कटात चपराक हानली. डोळ्यांपुढं चमकल्यावानी झाल्तं. हुंदका गळा दाबू लागला. सगळी पोरं-पोरी माझ्याकडं बगत व्हती. मास्तर आला. त्येनं मला दाराजवळ जागा करून दिली. म्या त्या जागेवर येकटाच बसून राहायचा — धुमसत; ध्रुवावानी.

जवा शाळा मारवाड्याच्या वाड्यात भरायाची, तवा आमी खाली बसायाचो. पोरं वसरीवर बसायाचे. मास्तर ढेल्जंत बसून गावातल्या पोरांना गणित समजावून सांगायाचा. आमी खाली जोड्याजवळ. भवताली चपला सोडलेल्या. रत्नाच्या चपला चांगल्या व्हत्या. म्या मास्तरच्या चपलाला शिवायाचा न्हैय. चपलांना आपला ईटाळ व्हईल वाटायाचं. गुर्जीच्या चपला मला रामाच्या पादुकावानी वाटायाच्या.

महारवाड्यातील मळकीढ्याण पोरवं बगून सवय झालेली. गाव माहीत न्हौता.

महारवाड्यातच खेळायाचं; वाढायाचं. उकिरड्याचं ढीग, कुत्री, डुक्करं अन् छप्पर हेच सोबतीला असायाची. जगन्नाथ पाटलाच्या उकिरड्यावर आमी दिस घालवायचो. केरात खेळायाचो. कचऱ्यात कागदं, चांगल्या चिंध्या सापडायाच्या.

म्या पैल्यांदाच शाळा बगितली — लहान-लहानग्या *पिळग्यांनी* खच्चून भरलेली. म्या पैल्यांदाच खुर्ची बगितली. फळा बगितला. गुर्जी बगितला. छडी बगितली. मला गुर्जीच्या छत्रीचं लैय अप्रूप वाटायाचं. माझी खरी शाळा तिसरीपास्नं सुरू झाल्ती. मास्तरांनी मला दोन वर्सापास्नं हजेरीतनं पास केल्तं. मला काय कळायाचं न्हाय. मास्तर बोलवाय आले, की मी घरात लपून बसायाचो. रानोरान पळून जायाचो. वरच्या आळीचं म्या, परश्या आन् उंबऱ्या बेरकी हुतो. मास्तर दिसला, की पसार व्हायाचो.

पैल्या दिशी माझ्यापरिस जी जुनी पोरं हुती, त्येवच्या बरूबर शाळेला गेलो. चंद्या आन् परश्या कुठं बसायाचे, तिथंच म्याबी बसायचो. जागा ठरलेली असायाची.

मला मूत दाट आलेला. पर मास्तरला सांगायचं कसं ? मास्तर आपल्यापास्नं दूर. मास्तरला बोलवयाची भीती. मुतायला जायाचं असल्यावर हाताची करंगळी दावायाची असत्याय, हे मला माहीत न्हौतं. माझी गोदावरी शाळेतच प्रकट झाली. मुताचा लोंढा चड्डीतनं बाहीर आला. पोरांनी गोंधळ केला. म्या पांढराशिपट पडलो. मला मास्तरनं हाकललं. म्या वल्ल्या चड्डीनं घरी आलो. पुढं दोन दिस शाळा बुडविली.

माझी चड्डी म्हंजी आत्ताची अंडरवेअर. सातवीपातूर अशीच चड्डी नेसायाचो. तीबी फाटलेली. मायीनं ढुंगणावर ठिगळ लावलेलं. ढुंगण दिसाय लागलं, की कमरेला टावेल गुंडाळायाचो.

लगवीची सुट्टी झाली, की पोरवं छेडायाचे. खडे मारायाचे. 'महार महार' म्हनून चिडवायाचे. जीव जाजावयाचा. गावातली पोरं माझ्या भवताली दाटीवाटी करू लागली. चंद्या कवाच पळाल्ता. पोरांचा घोळका वावटळीवानी अंगावर येत व्हता. मारक्या बैलावानी येकेक पोरगं पुढं येत व्हतं. पोरं कुचाळकी करत व्हती. म्या गुदमरत व्हतो. आभाळच अंगावर कोसळल्यावानी वाटत व्हतं. जळकोटे राम्यानं थोबाडात हानली. म्या तोंड वासलं. पोरं पळाली. पुढं कित्तीतर दिस राम्याला बगितलं, की माझ्या ऊरात धडकी भरायाची.

पंधरा ऑगस्ट आन् सव्वीस जानेवारीला प्रभातफेरी निघायाची. पोरं सगळी गणवेशात. म्या मातूर चड्डीत *आंगी* खोवायाचो. प्रभातफेरी गावातच फिरायाची. मला वाटायाचं, प्रभातफेरी महारवाड्यात जावावी. आमच्या गल्लीतल्या पोरावांनी आमाला प्रभातफेरीत बगावं. मास्तर आम्हाला रांगेत नेयाचे. मला रांगेत घोषणा देताना बघून माझी आजी फुलायाची. तिचा ऊर भरून येयाचा. तिला पांग फिटल्यावानी वाटायाचं.

माझ्या आजीचं नाव संतामाय. तिनंच माझं पालन-पोषन केलंय्.

संतामाय कुठल्यातरी गल्लीत रस्ते झाडताना दिसायाची. तिनं दिसली, की म्या जोरानं घोषणा देयाचो. मला बघून संतामाय हसायची. चार-दोन खराटे जादा मारायाची. म्या घरला गेल्यावर माझा मुक्का घियाची. तिच्या तोंडाचा वास येयाचा. दातवनानं काळवंडलेले काळेशार दात दिसायाचे.

शाळा सुटल्यावर आमी नदीला जेवाय जायाचो. वाळूत बसून जेवायाचो. नदीत पोवायाचो. वरल्या बाजूला गाववाले पाणी भरायाचे; बाया धुणं धुवायाच्या. त्येवच्या खाल्ल्याकडं कुणबी, धनगरं पाणी भरायाचे. धुणं-न्हाणं करायाचे. जनावरराके म्हशी धुवायाचे. आंगुळ्या करायाचे. सगळ्याच्या खाली आमचा पाणवठा हुता.

नदीत हुभारून म्या वंजळीनं पानी पीत व्हतो. कुन्या तरी लेकुरवाळीनं *बाळवत* धुतलं व्हतं. गुवाचा फथुला येत व्हता. *हेसकी* आली. पर पान्यापरिस कोन स्वच्छ हाय ? वरले पाणवठे पोटात रिचत हुते. पोटात मातुर पाणवटा गदगदून आल्ता.

□□□

आमच्या गावात मोठ्या लोकावाची *लग्नयेवं* व्हायाची. तवा आमाला लांडग्यावानी आनंद व्हायाचा. मोठे लोकं गावजेवण देयाचे. शेवटाला महारवाड्यालाबी *आवतान* असायाचं.

गावात लगीन चालू झालं, की आमी लगीनघराजवळ घुटमळत राहायाचो. कधी न्हाय ते मंडप बगाय मिळायाचं. वाजंत्री ऐकाय मिळायाचे. लाऊडस्पीकर ऐकाय मिळायाचा. नटलेल्या बाया-पोरी दिसायाच्या. खमंग जेवनाचा वास येयाचा. आमी धकटी धकटी पोरं दिसभर मांडवात गोंडा घोळायाचो. वाजंत्री वाजवू लागलं, की नाचायाचो. मधीच कुणीतरी गाववाला खवळायाचा. हाकलून दियाचा. तरमळून पळायाचो. परत थोड्या येळानं चोरून येयाचो.

लगीन धांदलीत व्हायाचं. धामधुमीत व्हायाचं. पावण्या-रावळ्याला जेवाय बसवायाचे. आमी मातूर बाहीर थुका गिळत बसायाचो. 'बोला पुंडलिक वर दे हरी विठ्ठल श्री ज्ञानदेव तुकाराम' म्हनून पंगती बसायाच्या. त्येवच्या फुर्रक्याचा आवाज येयाचा. 'सगळ्याला पोचलं का ?' म्हनून मुरब्बी माणसं इच्चारायाची. 'लाजू नका, सावकाश घ्या' म्हनायाची. वाढपी पंगतीतून गर्रगर फिरायाची. 'खी ऽऽर' म्हनायची. कुणी 'चपाती, तूप, भाजी' म्हनून आवाज देयाचे. आमच्या पोटात कावळ्यांची झुंबड उडायाची. पंगतीत वाढपी वरडायाचे. आमी कान देऊन ऐकायाचो. आमचं पोट कानात येयाचं. पोट पंगत व्हायाचं. पोट कढई व्हायाचं.

देवानं माणसाला येक पोट दिलं. माणूस खाऊ-पिऊ लागला. मजा लुटू लागला. काय खावं, काय न्हैय, इतकं हुतं. खायाला लैय; पर पोट येकच. मानसाची तारांबळ व्हायाची. माणसानं इच्चार केला, देवानं खायाला इतकं मायंदळ दिलंय्; पर पोट मातुर येकच ? त्यो देवाकडं गेला. देवाला इनवलं. 'देवबप्पा, मला येकच पोट दिऊन चूक केलीस. मला तर लैय खायाचंय, पियाचंय, "दोन पोटं दिलं" तर मेहरबानी व्हईल.' देवानं माणसाची समजूत काल्ढी. "बाबारे, तू जा. ह्ये एक पोट तरी भर. मग माझ्याकडे ये. म्या जरूर तुला दुसरं पोट देईन."

माणूस पोटाच्या मागं लागला. माणसाला येक पोट भरणं मुष्किल झालं. अर्ध्या पोटानं राहू लागला. थुका गिळून जगू लागला. दाताचं पाणी पिऊन दिस काढू लागला. पोटासाठी स्वत:ला इकू लागला. पोटाकर्ता बाई *शिंदळकी* करत्याय आन् गडी चोरी. पोट गू काढाय लावतंय्. पोट गू खायाय लावतंय्.

'देवानं पोट दिऊन चूक केलीय्' असंच वाटत राहायाचं. लगीनघराजवळ हातात पोट घिऊन उभा राहायाचो — तिष्ठत; महारवाड्याला कवा आवतान देत्याल त्येचा इच्चार करत.

लगीनघरचा महार आवतान घिऊन महारवाड्यात येयाचा. 'जेवाय चला' म्हनून आरडायाचा. सगळा महारवाडा झाडून निगायाचा. त्या दिशी चुली बंद असायाच्या. मागं पिसूदेखील राहायाचं न्हैय. पैल्यानं बायांची पंगत बसायाची. बाया आपल्या लेकरा-बाळांना घिऊन निगायाच्या. तांडाच तांडा लगीनघराकडं येयाचा. माझी मसामाय कधीच कुनाच्या पंगतीला गेली न्हाय. म्या संतामायबरूबर जेवाय जायाचा. संगतीला भैनी असायाच्या. मला बाप न्हाय. म्या कुनाच्याबी पाठी लागून जायाचो. पोटात आंगीखाली ताट लपवायाचो.

ताटात खीर वाढायाचे. न्हानग्या लेकरावाला थोडंच वाढायाचे. म्या वाढलं, की गबागबा खायाचो. *हावऱ्यावानी* ताट रिकामी करायाचो. परत वाढून घेयाचो. माय घरात उपाशी असायाची. मसामायला असलं रुचकर जेवण नेऊन द्येवावं वाटायाचं. जादा खीर वाढून घेयाचो. पंगत उठल्यावर खिरीचं ताट घिऊन घराकडं निगायाचो. आनंद व्हायाचा. पर येकदा गिरमल्लानं माझं खिरीनं भरलेलं ताट हिसकावून घितलं, मातीत मिसळलं; आन चापट हानली. "भोसडीच्या, खायाचं न्हाय, तर वाढून घेयाचं कशाला ? *अन्यांदा* कुठल्या पंगतीत दिसलाच, तर बग. जातच हालकट. खायाचं खाऊन घरला न्हेतेत." म्या रडत घरला निगालो. गिरमल्ला आजून दोगा-तिगाला खीर न्हेताना अडवत हुता. त्यात आमची नागीबी व्हती.

म्या रिकाम्या ताटानं घरला आलो; पर संतामाय थोडं का व्हईना, चोरून खीर आनायचीच. ती खीर मग आमी सांच्यापारी खायाचो. इटलेली खीर आंबट-गोड

लागायाची. संतामाय त्या खिरीत जरा पानी आन् गूळ टाकून गरम करायाची आन् आमाला वरपाय देयाची.

कवा कवा संतामाय लगीनघर सारवायाची, झाडाय जायाची, तवा जादा खीर मिळायाची. खऊन खऊन ऊरायाची. मग आमी खिरीचे सांडगे करायाचो. वाळवायाचो. भूक लागील तवा वाळलेले सांडगे चिचुक्यावानी चघळत ऱ्हायाचो.

येकदा गावजेवण हुतं. संतामाय व माझ्या भैनी जेवून आल्त्या. त्येनी चोरून आणलेली खीर म्या खायाला मागत हुतो. माय म्हनत हुती - "ताट घिऊन जेवाय जा." पर मला गावात जेवाय जायाची लाज वाटत हुती. आपल्याला शाळंतले पोरं बगितले तर ? हिणवतील की ! वाटंत शाळंतल्या पोरीवाची घरं असायाची. त्येवच्या घरापुढून जाताना चोरावानी वाटायाचं. मला नको वाटायाचं. मसामाय 'जा' म्हनायाची, शिव्या हासडायाची; ताट दिऊन हाकलायाची. "घरात खायाय का माती हाय ? का नट खंदून कमई आणतूच ? जा; खाऊन ये. लैय इज्जतीचा गेलाय्. म्या तुला खायाय कुटून आनून देऊ ? बगा मला बाजारात कोन इकत घेतंय् का ? मला गिळून बसल्याबिग्गर तुमाला समाधान मिळनार न्हाय !"

मग म्या मुकाट्यानं निगायाचो. ताट आंगीखाली पोटात खोवायाचो. 'मसामायीला मोडीतोडीवर इकता यील का ?' म्या इच्चार करायाचो. वाढील तेवढं खायाचो. मागायचा न्हैय. जेवन मिळायाचं; पर पानी न्हाय. पानी पियाय घरला येवावं लागायाचं. घरला आल्यावर मायीचं बोलणं खावं लागायाचं- "खीर उरवून का आणला न्हैच ?" म्या मुसऱ्या ताटावानी हुभारायाचो.

□□□

म्या संतामायसंगं शेण येचाय जायाचो. संतामाय मागं. म्या पुढं पुढं- पोलिसाच्या कुत्र्यावानी; शेणाचा सुगावा घेत. संतामायीच्या पाठीवर पोतं असायाचं- येताळावानी. तुटकी चप्पल खुरडत माय अख्खा माळ पायाखाली घालायाची. शेण गवसलं, की जेवल्याचा आनंद व्हायाचा. शेणाच्या गवऱ्या थापून आमी त्या इकायाचो. पोटाची आग इजवायाचो. पोटाच्या भरीला घालायाचो.

सुगीच्या दिसात जनावरं शेत चरायाचे. जवारीचे कणसं खाऊन दाणं हागायाचे. शेणात फुगलेले पिवळेधम्म दाणे असायाचे. दाणं असलेलं शेण संतामाय वटीत घेयाची. घरला निगताना वाटंत नदी लागायाची. नदीत आमी ते शेण धुवायाचो. शेण निघून जायाचं; दाणं दाणं राहायाचं. तांदळाच्या दाण्यासारखे. संतामाय वाळून दाणे वाळवायाची. दाणे वाळल्यावर थोडे व्हायाचे. मला वाटायाचं, दाणं वाळवूच

ने; कारण थोडे व्हत्यात. दाणं वाळल्यावर आमी घरी जायचो. संतामाय घरात आल्यावर ते दाणं जात्यात घालायाची आन् गाणं म्हणत दळायाची. तिचा गोड आवाज आन् जात्याची घर्रघर येकात येक मिसळून जायाची.

कडूसन दिवेलागण घिऊन येयाची. घासलेट नसलेली चिमणी क्षयाच्या रोग्यावानी जळायाची. उंदीर जीव घिऊन डोळ्याआड व्हायाचा. कुत्रं पिळून टाकलेल्या कापडावानी दारात पडलेलं असायाचं. दादा बिडी वडत येयाचा आन् कोपऱ्यात खोकत बसायाचा आन् 'अल्ला मौल्ला' म्हनायाचा. चरकात पिळवटून टाकलेल्या उसावानी त्येचं डोळं माझ्याकडं बगायाचे. म्या दादाला गोष्ट सांग म्हनायाचो; आन् दादा मला पाय चोळाय सांगायाचा. म्या पाय चोळायाचो. दादा गोष्ट सांगायाचा- 'एक हुती चिमणी आन् एक हुता कावळा.'

संतामाय शेणातलं दाणं दळून झाल्यावर उठायाची. उनातानातून, रानावनातून संतामाय ऊन तोंडावर घिऊन फिरलेली. ऊन खाऊन तोंड सुकलेलं. भूक मारून सवय झालेली. संतामायनं चुलीत चिंध्या-चिपाटं, शिंदीच्या फरक्या कोंबली. मला जुनेराचं चिंदूक दिली. म्या मसामायच्या घरला इस्तू मागाय गेलो. चिंदकात इस्तू धरून आनला. संतामाय चिंदकातला इस्तू फुकू लागली. धूर व्हवू लागला. धूर व्हवून व्हवून चिंदूक पेटू लागलं. चिंदूक चुलीत घातली. ढणढणा चूल पेटली. चुलीच्या उजीडात भट्टीवाल्यावानी घामेजलेली संतामाय दिसली. चूल माझ्या मस्तकावानी जळत हुती. धूर दाटलेलं घर गलबलून आल्तं. तडीपार केलेल्या कैद्यावाणी चिर्टं घराबाहीर पडत हुती. चिर्टांच्या 'गँवई' आवाजानं घर गजबजलं हुतं.

दादा गोष्ट सांगत हुता. दादाची गोष्ट म्हंजी सयपाक होज्योस्तोरचा टाईमपास. संतामायनं भाकरी केली आन् आमी जेवाय बैसलो. शेणातल्या दाण्याची भाकर संतामाय खात हुती; आन् जोगवा मागून आणलेल्या पिठाची भाकर आमाला दिल्ती. शेणातल्या दाण्याची भाकर धपाटीवानी दिसायाची. संतामाय मला ती देयाची न्हाय. म्या त्या दिशी भांडून घितलो. कोरभर कुटका तोंडात घातलो. कचाकचा चावलो. भाकरीचा शेणकुट वास येत व्हता. घास चावताना शेण चावल्यावानी वाटत व्हतं. गिळता गिळवत न्हौतं. तसाच गिळालो आन् संतामायीची धपाटी संतामायीला दिली.

संतामाय मातूर शेणाची भाकर सरावानं खात व्हती. भट्टीत वल्लं-कच्चं टाकावं आन् जळून खाक व्हावं. संतामायचा हात यंत्रावानी भाकरीचा कुटका मोडायाचा, तो तोंडात टाकला जायाचा; आन् काळेभोर दात घासाचा चेंदामेंदा करायाचे. संतामायचं तोंड अजस्त्र उकळणारं बायलर वाटायाचं. मला कोडं पडायाचं. संतामायला किळस कशी येत नशील ? तिला शेणकुट वास येत नशील का ? हातातला घास अवघडून तोंडात जायाचा, पोटात जायाचा; पोटात मातूर शेणाचा खड्डा

डिचमुळायाचा.

येकदा रस्त्यात गावातल्या बायीचा पिठाचा डबाच पाल्था झाल्ता. त्या बाईनं वरलं-वरलं पीठ घिऊन गेलं. दादा आन् म्या लैय वाढुळ तिथंच ताटकळून व्हतो. शेवटाला दादा दूर जाऊन ऊभारला; आन् म्या माती सावडून पीठ घितलो. घरला गेलो. चाळणीनं पीठ चाळलो. पीठ जर्मनच्या भगुल्यात झापून ठिवलो. सांच्यापारी संतामायला दादा 'ईदचा चाँद' दाखवावं., तसं पिठाचं भगुलं दाखवत हुता. संतामायनं मला छातीला धरलं. माझा मुक्का घितला. तिच्या तोंडाचा तंबाकूचा घाण वास आला. शेणाच्या भाकरीची याद आली. म्या स्वत:ला सोडवून घितलं.

मला अजूनबी याद हाय त्या गोष्टीची. ही गोष्ट दादानं सांगितली न्हैय, की संतामायनं. म्या गावातनं येकटाच जात व्हतो. आन् पुढून मडं येत हुतं. माझ्या डोस्क्यात पळून जायाचा इच्चार आला. भूत लागायाची भीती वाटत हुती. रातच्याला मडं स्वपनात यील, छातीवर बशील, वाटत हुतं. पर पळाय वाटंच न्हौती. रामबाप शिंग वाजवत हुता; जेंठिग्या हालगी. पुढं फटाके उडवीत हुते. मडं जवळ येत हुतं. मागं बाया रडत हुत्या. मडं जवळ आलं. मड्यावर पैसं उधळत हुते. निलगिरीचा वास येऊ लागला. म्या घाबरू लागलो. माझ्या पायाजवळ मड्यावर उधळलेले पाच पैसे पडले. मला त्या पैशाचं भिव वाटलं. तरीबी म्या पट्कन उचललं. आन् पैशाच्या लालुचीनं मयतीत सामील झालो. उंबऱ्या, परश्याबी व्हते.

वाटंत मड्याला इसाव्यासाठी ठिवलं. लोकात जरा पांगापांग झाली. रामबापनं बिडी पेटवली. जेंठिग्यानं मला हळूच इच्चारलं.- "कित्ती पैसे सापडलं रे ?" म्या बी चोरत सांगितलो- "धा पैसं." परत मडं मार्गी लागलं. रामबापनं शिंग फुकलं. जेंठिग्यानं मड्याचा हात सुरू केला.

मडं मसनवाट्यात नेयाच्या अगूदर रस्त्यात खांदेकरी मडं इसाव्याला टेकवतात. मड्याला *इसावा* देतात; आपूनबी इसावा घेतात. मडं जिथं इसाव्याला ठिवलं हुतं, तिथं वटीभर जवारी, पाच पैसे टाकून लोकं पाया पडल्ते. मला इसाव्याच्या जवारीचा ढीग बोलवत हुता. म्या मड्यामागं गेलो न्हाय. म्या तो जवारीचा ढीग वटीत घितला आन् घराकडं वाऱ्यावानी धूम ठोकलो- आता संतामाय माझे कित्ती मुके घील, याचा हिसाब करत.

वाटत हुतं, असे रोज श्रीमंताची मडी निगावीत. पैसे उधळावेत. मला तितकेच पैसे मिळत्याल. इसाव्याची जवारी मिळंल.

संतामाय जुनेराला दंड घालत हुती. तिला म्या मड्याला शिवलेला सुगावा लागल्ता. तिनं मला बगितल्या-बगितल्या पायातलं पायताण हिबाळून मारलं. संतामाय खवळत हुती. म्या रडत हुतो.

"आरं, ती मड्यावरची जवारी हाय. टाकून नदीत बुडून ये जा."

नदीच्या वाटंनं जात हुतो. जेंठिग्या आन् रामबाप वल्ल्या कापडानं येत हुते. मड्याला माती दिऊन येणारी माणसं घराकडं जात हुती. गिरमल्ला मड्याला माती देऊन येत हुता. त्येला मड्याचा इटाळ झाल्ता. मला बगून तो वाकडं झाला. त्येला माझा इटाळ नको हुता.

महारवाडा म्हंजी इसाव्याच्या जवारीचा ढीग. येकेक माणूस म्हंजी येकेक दाणा. मड्यावरची जवारी खात का न्हैत ? ती बी जवारीच है की ! या जवारीचा इटाळ का व्हावा ? खाल्लं तर पोट भरील; पेरलं तर उगवील.

□□□

पोळ्याला नव्या वर्सासाठी पाडेवार नेमायाचे. तवा महारवाडा सगळा तक्क्यात जमायाचा. सगळ्याच्या मतानं हा मान चार घरला जायाचा. आळीपाळीनं पाडेवारकी घराघराला मिळायाची. वरल्या आळीचा येक, मधल्या आळीचा येक, कोंबड्याच्या आळीचा एक आन् खाल्ल्या आळीचा येक. ऊवाच्या आळीला पाडेवारकी नसायाची. ते वतनदार न्हौते. त्येवच्या अंगात सदोनित ऊवा असायाच्या; म्हनून त्येवच्या आळीला 'ऊवाची आळी' म्हनायाचे. ज्येवच्या घरी गडी ना गांड्या, त्येवच्या घरीबी पाडेवारकी जायाची. आशील त्या म्हातारी-कोतारीला *पाडेवारकी* करावी लागायाची.

पाडेवाराला बलुतं मिळायाचं. कुणाला सहा *पायली*, कुणाला चार पायली, कुणाला दोन पायली. खळी-दळी वेगळं असायाचं. ज्येच्या घरी गडी नसायाचा, त्या बाया आपली पाडेवारकी दुसऱ्याला वाट्यानं लावायाच्या. निम्मा मालमासुळा घिऊन कोन बी पाडेवारकी करायाचे.

पाडेवारकी म्हंजी बलुत्याची कामं. शिवाय *तक्क्या* सारवावा लागायाचा. तक्क्यात दिवा लावावं लागायाचं. गावात *पड* पडलं, की ते वढून आणायाचं, सोलायाचं, कातडं काडायाचं आन् ते इकायाचं. ज्येच्या घरी जनावर मरायाचं, ते वटीला *पसा आठवा* जवारी घालायाचे. सगळ्यांनी ते वाटून घेयाचं. तेवढंच पोट भरीला ईड.

सांच्याला निजाय सगळा महारवाडा तक्क्याला येयाचा. तक्क्या सगळ्यांना पोटात घेयाचा. रातच्याला म्हाताऱ्यांच्या तरुणपणाच्या गप्पांनी फुलायाचा. म्हाताऱ्यांच्या बिड्या-तंबाकूनं धुंद व्हायाचा. खोकल्याच्या उबाळीनं थकून जायाचा. कोपऱ्यात निजलेल्या पोरांच्या *मुठ्यानं* कासावीस व्हायाचा. निम्म्या राती दिवा इजवून बाईल पळून गेलेला गडी कुन्या तरी धकल्या लेकराच्या अंथरुनात शिरायाचा. चिमणीच्या

धुरानं तक्क्याची देवळी काळीढ्याण व्हायाची. ढेकणाच्या रग्तानं भिती पान खाल्ल्यावानी वाटायाच्या. कोपऱ्यात पडलेली केरसुणी इधवा चेटकणीगत वाटायाची. तक्क्यापुढी रातच्याला लोकांनी मुतल्यामुळं जागा वल्ली, तेलकट वाटायाची. तिथंच पोरांनी खेळलेल्या गोठ्याच्या गल्ली असायाच्या. तक्क्याला रेलून उभ्या असलेल्या कढईवर महारवाड्यातली अनेक प्रकरणं लिव्हलेली असायाची. मऱ्याईचं देऊळ, खोकल्याय तक्क्यापुढी मागतकऱ्यावानी ठाण मांडून बसलेलं. जुनं चिंचेचं झाड कावळी-घारीच्या घरट्यांना घिऊन लोकावाला सावली देत ऊभारलेलं असायाचं. चिचंच्या झाडाच्या फांदीवर कातडं वाळवत घातलेलं असायाचं.

गावात जनावर मेलं, की ज्येच्या घरी पड पडायाचं, तो माणूस महारवाड्यात येयाचा. कोण पाडेवार असत्याल, त्येला *सांगावा* व्हायाचा. मग चौगं पाडेवार पड आनाय जायाचे. धकलं जनावर आसलं, की खांद्यावर आनायाचे. मोठी गाय-म्हैस असल्यावर बैलगाडी नेयाचे. दोगं पुढं वढायाचे; दोगं मागून ढकलत पड आनायाचे.

हिंदू लोक गायीला माय मानतात. माय मेल्यावर आपून माती करतात; पर गाय मेल्यावर महाराला वढाय लावतात. ज्येच्या घरी जनावर मरतंय, ती मालकीण रडत्याय. त्येवचा *गोठा* सुनसुना व्हतूया. महारं पड उचलतात. गाडीत घालतात. मालकीण फसा आठवा पदराला घालते.

ज्या महिन्यात पड जादा, तो महिना सुकाळ. जनावर मेलं नसलं, की महिना धोंड्यावानी जायाचा. मग *कणीस* दिऊन जनावर मारावं लागायचं. माणकुण्णा आन् प्रल्हादबाप रातच्याला दूरच्या गावाला म्हशी चोरून आणाय जायाचे. रातभर जनावर कापलं जायाचं. सकाळी सगळ्यांच्या चुलीवर डल्ल्या शिजत असायाच्या. हातोहात जनावर लंपास व्हायाचं.

पड दिसलं, की आमा बारक्या पोरवाला आनंद व्हायाचा. पड सोलताना आमी जवळ जायाचो. धकल्या पिळग्यांचा *गुर्दुळा* न्हवू नये म्हनून हाकलायाचे. म्या जरा *ठणक* हुतो. ठणक पोराला कामाला लावायाचे. म्या पाय धरायाचा. माणसं सुरीनं कातडं सोलायाचे. रग्ता-मासानं हात वल्लाचिक व्हायाचा. पाय हातातून सटकायाचा. मग शिव्या बसायाच्या. परत पाय घट्ट धरून ऊभं रहावं लागायाचं. शाळंत शिकवलेलं यकृत, जठर, फुफ्फुस, हृदय, स्वादुपिंड, लहान आतडं, मोठे आतडं निरखत राहायाचो. कुत्रे भवताली *कोंडाळं* करायाचे. येक पोरगं दगुड घिऊन कुत्रं हाकलायाच्या कामावर असायाचं.

महारवाडा हळूहळू भगुणे, ताटं घिऊन जमा व्हायाचा. पडावर तुटून पडायाचा. पाडेवार अगुदर चांगलं-चांगलं मटण घिऊन जायाचे. उरलेलं कुत्रे फाडून खायाचे. भुकायाचे. कोंडळ लागायाची. म्या दुमडीसाठी मासकंड काडून घियाचो.

नदीला जाऊन मासकंड धुवायाचो. चाळणीच्या कड्याला मासकंड सुतळीनं बांधायाचो आन् वाळवत बसायाचो. कुत्रं-मांजर दुमडी पळवील म्हनून राकत बसायाचो. जेवताना हाताचा मासकंडावानी वास येयाचा.

जनावरं मेली, की पांढरी गिधाडं येयाची. स्वर्गातली ज्येची दोरी तुटली आशील, ते जनावर मरायाचं. दोरी तुटलेली गिधाडाला कळायाची. गिधाडं येयाची. मोठी मोठी पांढरी-काळी गिधाडं. 'गिधाडं नाक खात्येत' म्हनून आमाला लोक भीती घालायाचे.

धकलपनी आमी खेळबी पडाचेच खेळायाचो. कुणी पड व्हवून मरून पडायाचं. आमी धा-बारा पोरं गिधाडं व्हायाचो. सोन्या गिधाड हा सगळ्यात मोठा. त्येची चोच बाकदार. सोन्या गिधाड येकजण व्हायाचा. या खेळाच्या गिधाडामधी मांग गिधाडबी असायाचं. मांग गिधाड मातूर लांब लांब राहून खेळायाचं. पड झालेल्या पोराला डिवचायाचो. गिधाडावानी वरडायाचो.

मेलेल्या जनावरांचा सांगाडा कित्ती दिस तरी कुजत राहायाचा. छातीची हाडं, तोंडाचा जबडा, डोळ्याची भोकं, शिंगं, दात, पाय, सगळं सगळं भेसूर दिसत राहायाचं. शाळंत येकदा माणसाचा सांगाडा दावल्ता. सगळ्यात माणूस किती भेसूर दिसतो !

म्या सातवीला असताना गिरमल्लाचं खोंड मेल्तं. ताजं चिप्प मटण हुतं. महारानी खोंड जमिनीला पडू दिलं न्हैय, तंवर साफ केलं. पताका लावल्यावानी घरोघर *चान्या* वाळत हुत्या.

म्या शाळंत गेलो, तवा जळकोटे राम्या - उंबऱ्या मारत्याला चिडवीत हुता; 'धेड धेड' म्हनत हुता. म्या शाळंत गेलो, तसा उसळून म्हणाला, "ले लो और येक धेड आया; हमारा बैल खाया." पोरी टक दिऊन ऐकत हुत्या. म्या बाहीर पळालो. पोटात बैल धडक्या देत हुता.

□□□

सकाळी झोपीत चंदामायची हाक किंकाळीवानी ऐकू येयाची. म्या खडबडून उठायाचा. संतामाय, दादा निजलेले असायाचे. चंदामाय भल्या पहाटं उठून गुळाचा काळा च्या करायाची आन् मला बोलवायाची. म्या तोंड न धुता येक कप च्या पियाचा. दहा-बारा वर्सापातूर म्या हागाय पानी नेयाचा न्हाय, की तोंड धुवायाचा न्हाय. अंगूळ नदीत करायाची. अंगावर मळीचं किटन चढलेलं. अंगाचं साबण मिळायाचं न्हायं. दगडानं अंग घासायाचं. कापडं चिखलात घोळसून धुवायाचो.

चंदामाय पहाटं येक कप च्या दियाची. च्या पिला, की म्या दादा, संतामायच्या मधी येऊन निजायाचा. म्या उटायाच्या आत दादा, संतामाय गावात जायाचे. उटल्यावर म्या, नागी, निरमी मसामायकडं च्या पियाचो. परत चंदामाय सकाळी दुधाचा च्या करून बोलवायाची. संतामाय गाव झाडून आल्यावर च्या करायाची. थाळ्या भरून च्या ढोसाय देयाची. म्या शाळंला गेलो, तर माझ्याकर्ता च्या ठिवायाची. लगवीच्या सुट्टीत म्या येऊन च्यात भाकर चुरून खायाचो. कवा कवा संतामाय तांब्यात च्या घिऊन शाळंला येयाची. मला बाहीर बोलवून च्या पाजायची.

म्या शाळा सुटून आल्यावर चंदामाय चान्या भाजून देयाची. चंदामायच्या घरात हमेशा चान्या वनाळीवर वाळत असायाच्या. मोहाळावर मधमाश्या जशा बसाव्या, तशा चान्याला माश्या लगडलेल्या असायाच्या. उठता- बसता माश्या उडायाच्या. चंदामायच्या घरातलं मांजर हमेशा ढुप्पर काढून मला फेऱ्या घालायाचं. म्या मांजराला 'छीरं छीरं' करायाचो. ते जायाचं न्हाय. चंदामाय मांजराला फुकारीनं मारायाची. मांजर घरात उकरून हागलेलं असायाचं. त्येचा वास येयाचा. घिम्मटघानं वासानं किळस येयाची.

चंदामाय दोन-चार चान्या घेयाची. खुरप्यानं त्येची तुकडं करायाची. तापल्या तव्यावर टाकायाची. चान्या भाजायाच्या. मांद्याच्या तुकड्याचं तेल सुटायाचं. घरभर चान्याचा वास सुटायाचा. चंदामाय शिळ्या भाकरीचे तुकडे तव्यात टाकून चमच्यानं खाली-वर करायाची. तवा खाली उतरून मीठ-मिरची टाकायाची आन् तवाच माझ्यापुढी ठिवायाची. मांद्याच्या तेलात तळलेली भाकर रुचकर लागायाची. म्या मुटूमुटू खायाचो. चान्या नसल्या, की चंदामाय बळ्ळात भाकर तळवून देयाची. कोपऱ्यात कापडानं तोंड बांधलेलं येक लोटकं असायाचं. त्यात घट्ट तुपावानी आळलेलं *बळ्ळ* असायाचं.

चंदामायला शेंगा भाजून खायाचा लैय नाद. कुनाबुनाकडून शेंगा मागून आनायाची. शेंगा भाजायाची. गूळ आन् भाजलेल्या शेंगा खात बसायाची. मागून आणलेल्या शेंगा गाडग्यात *लिपन* घालून ठिवायाची. पुढं पावसाळ्यात लिपन फोडायाची. चंदामायला चान्या, शेंगा, मिरच्या आनून देयाचा चुंगीचा दत्तूमामा.

दत्तूमामा चंदामायच्या भैनीचा ल्योक. धोंडामाय थोरला ल्योक. चंदामायकडं हमेशा येयाचा. दत्तूमामा चोरी करायाचा. राती शेतातल्या मिरच्या, कांदे, शेंगा चोरायाचा. सकाळी-सकाळी भरलेलं पोतं घिऊन चंदामायचं घर गाठायाचा. चंदामाय दत्तूमामाला लैय माया करायाची. मग दोगं पोत्याचं तोंड सोडायाचे. कवा कवा पोतं भरून मटण असायाचं. चंदामायला सागुती खाऊ वाटली, की दत्तूमामाला सांगायाची. दत्तूमामा त्याच आठवड्यात जनावराला कणीस देयाचा. जनावर मेलं, की पोतं भरून

मटण घेयाचा. मटणाचं पोतं चंदामायला पोचतं करायाचा.

येके दिशी सकाळच्याला सांगावा आला. धोंडामाय *खर्चली* हुती. चंदामाय, संतामाय भैनीच्या मातीला जाऊन आल्या. चंदामाय *पर्णूपर्णू* रडू लागली- "कडू दत्त्यानं माझ्या भैनीचा गळा दाबला ऽ" दत्तूमामाने आपल्या मायीचा गळा दाबून जीव का मारला आशील ? मला आजबी याचं कारण कळत न्हाय.

संतामाय-चंदामाय गोडीत आल्या, तर *'आऊ आऊ'* करायाच्या. भांडल्या, तर येकमेकीचा जीव घेयाय उठायाच्या. खाली-वर व्हायाच्या. झिंज्याला झिंजी व्हायाची. चंदामाय संतामायला खाली पाडून वर बसायाची. लैय बेरकी बाई. कुनाला दगूड का माती उचलू देयाची न्हाय. घरापुढं पडलेलं शेण कुणाला घेऊ देयाची न्हाय. काष्टा घालून कुनाच्याबी अंगावर जायाची. मसामाय-चंदामायचं भांडण व्हायाचं. लैय शिवीगाळ व्हायाची. नागी, मसामाय चंदामायच्या अंगावर जायाच्या. चंदामाय रडून-बोंबलून जग जमा करायाची. मसामायच्या कोंबड्या असायाच्या; चंदामायचं मांजर. चंदामायचं मांजर कोंबड्यावर टपून बसायाचं. नागी मांजराला मारायाची. चंदामाय नागीला शिव्या देयाची. मग मसामाय मधी पडायाची. "मांजराला बांधून घाल. आमच्या कोंबड्या खातंय."

मसामाय-चंदामायचं भांडण झालं, की दोगीत बोली बंद व्हायाची. चंदामाय मांजरावर राग काढायाची. मांजराला बांधून घालायाची. चंदामाय जुन्या बाजंवर निजायाची. मांजर बाजंच्या पायाला बांधलेलं असायाचं. चंदामाय मांजराला जीव लावायाची. पुढं मसामाय चंदामाय येक झाल्या, की आमी चंदामायचं मांजर नदीपल्याड नेऊन सोडायाचो. चंदामाय मला धा पैसे देयाची. "मांजराचं जीव मारू नका. पाप लागतंय्. काशीला जायाची पाळी यील" म्हनून भ्या घालायाची.

म्या, नागी मांजर सोडून आलो, की चंदामाय मला घरात बोलवायाची. मांजराची चौकशी करायाची. तिच्या डोळ्यांत पाणी येयाचं. "मांजराचं जीव मारलो का ? मांजराला कुठं सोल्डो ? मांजर वरडलं का ?" म्या गप्पा राहायाचा. मांजर नसल्यामुळं चंदामाय, तिचं घर सुनं सुनं वाटायाचं.

पुढं चार दिस गेले, की चंदामाय कुनाकडून तरी मांजराचं पिल्लू आनायाची. घरात बांधून ठिवायाची. दिसभर मांजराचं पिल्लू *हालबत* राहायाचं. पुढं मोठं झालं, की आमी त्येला नदीपल्याड नेऊन सोडायाचो. गावात वडार आलं, की चंदामाय मांजर घरात बांधून ठिवायाची. वडार मांजर धरायाचे. मारायचे. खायाचे. त्येवची चंदामायला लैय भीती वाटायची.

मेलेल्या जनावराची किळस येऊ लागली. पडाचं मटण खाणाऱ्यांचा राग येऊ लागला. आमच्या सगळ्या *वार्गीच्या* गँगमधी हा रोग साथीच्या रोगावानी फैलावला.

जनावर सोलताना आमी मुद्दाम पाय धराय जायाचो. जनावर सोलल्यावर पडावर मुतायाचो. शेण-माती टाकायाचो. पर जनामाय मटण नेयाचीच. मटण धुवून शिजवायाची. आमाला तिचा रागबी येयाचा आन् वाईटबी वाटायाचं. मेलेलं *मासकंड* खाऊ ने वाटायाचं.

□□□

संतामाय लैय *खवीस* हुती. घरात मसामाय बाळंतीण. आमी बाहीर *हुंदडाया*चो. संतामाय कावायाची. कुनाचाबी पदूर लागून इटाळ-चंडाळ व्हतूया, कुनाच्या पायानं भूत येतंया, घरात जावळाचं लेकरू हाय, सटवाय चांगली नसत्याय, भलत्या ग्वडगडी घालायाची. शिवताशिवत होऊ देयाची न्हाय. घरच्या बाहीरून आलं, की मागं फिरून थुका म्हनायाची. पायावर पानी घितल्याबिग्गर आत येऊ देयाची न्हैय. घरात गेल्या गेल्या अंगावर गोमूत शिपडायाची. गोमूत धरून आणायाचं काम माझं व नागीचं. आमी तांब्या घिऊन जनावराच्या मागं फिरायाचो. गायी मुतायाच्या न्हैत. तांब्या भरायाचा न्हैय. आपणच तांब्यात मुतून न्हेवावं वाटायाचं. परं संगं नागी असायाची. सगळाच घोटाळा व्हायाचा. जीव कातावून जायाचा. बैलाचा मूत चालायाचा न्हाय. गायीचा मूत इतका पवित्र, की सगळा इटाळ पवित्र व्हायाचा. गायीच्या योनीला चाळवत म्हनायाचं- ''गाय मूत, गाय मूत'' तवा गाय शिपभर मुतायाची. मग गोमूत घरला घिऊन निगायाचो.

येकदा संतामायनं माझं तोंड गोमूतानं धिवलेलं आठवतंय. किळस येयाची. तरीबी संतामाय बळजबरीनं माझं तोंड धिवलीच. तोंड तडकल्यावानी वाटायचं. संतामाय 'गोमूत पी; रोग व्हत न्हाय' म्हनायाची. मग म्या खवळायाचो. नागीला पाजायाची.

उन्हाळ्याचे दिस व्हते. म्या आन् मांगाचा अर्ज्या रोजीना खेळायाचो. अनसामाय आमाला माया करायाची. येकदा तहान लागली म्हनून आमी आमच्या घरला गेलो. म्या पैल्यांदा पानी पिलो. अर्ज्याला पानी देनार इतक्यात संतामाय आरडली, ''आरं, मांगाच्या नादी का लागलायाच ? गाव जळालाय का खेळाय ? त्येला तांब्या दिऊ नको. बाटवचील. दूर व्हो.'' दोस्ताला पानी दिऊ नको म्हनल्यावर मला वाईट वाटलं. दोस्तापेक्षा जात दांडगी असत्याय का ? तहानेपेक्षा जात दांडगी असत्याय का ? अर्ज्या मानूस न्हवं का ? मग त्याच्या स्पर्शानं पान्याला कसा इटाळ व्हनार ?

अर्ज्या आन् म्या नदीला गेलो. पाय भाजत व्हते. हुर्द भाजत हुते. नदीत

महाराचा येगळा गुंडगा व्हता आन् मांगाचा येगळा. आमी आता कुन्या गुंडग्यात पानी पिवावं ? इथं पाणीच पाण्याला वैरी हुतं. आमच्या मनात आता दोन गुंडगे झाल्ते- खडूळ अंत:करणाचे.

म्या आन् अर्ज्या मांगाच्या गुंडग्यात पानी पिलो. घरी आल्यावर संतामायनं मला मारलं- म्या मांगाच्या गुंडग्यात पानी पिलो म्हनून. अनसामायनं अर्ज्याला मारलं- मला घिऊन मांगाचा गुंडगा बाटवला म्हनून. "मांगासंगं खेळलाच, तर भाकर बंद करीन मग जा मांगवाड्यात. मांगाच्या बिंदाला पडलायाच का मांगाची संगत धराय ? राज्याचं लेकरू तू. राज्यावानी खाऊन खेळायाचं. पाटलाचा हैच की तू !' संतामाय तोंडाला यील ते भकलत राहायाची.

□□□

बुधवार आमच्या गावचा बाजार. दर बुधवारी दादा मला धा पैसं खायाय देयाचा. धा पैसे घिऊन सकाळपास्नं संध्याकाळपाज्योस्तोर बाजारात फिरायाचो. कोन चिवडा खायाचे, केळं खायाचे, जिलबी खायाचे; म्या मातूर धा पैशाकडं बगत थुका गिळायाचो. सरतेशेवटाला बाजार मोडायाच्या येळी म्या धा पैशाचा पेढा घेयाचो. पेढ्याचा जरा कुटका मोडून खायाचो. शबरीनं उष्टं केलेल्या बोरासारखा तो पेढा म्या मसामायीला आनून देयाचं. बाळंतीण मसामाय पेढा मुटुमुटू खायाची. म्या म्हनायाचो- "बाळाला दे की" मसामाय म्हनायची, "माझं दूध बाळाला जातंया. दुधातून बाळ पेढा खातंया" म्या बाळाचा मुक्का घियाचो.

माझी थोरली भैन नागी, लैय चोरट्या बिंदाची. तिच्या पाठीवरची निरमी. म्या नागीला 'घोड्या' म्हनायाचो, तर निरमीला 'नकटी'. वनीला 'काळी', तर सुनीला 'लंगडी'. सुनीच्या पाठीवर पमी, तम्मा. तम्माचं नाव श्रीकांत. श्रीकांतच्या पाठीवर इंदिरा. तिला म्या आंधळी म्हणतावं. इंदिराच्या पाठीवर सिद्रामा. शेंडीफळ. मेला.

दिस उपासमारीचे हुते. खायाला कधी मिळायाचं; कधी न्हाय. मला भूक लागायाची. म्या भाकरीकर्ता रडायाचो. मला भूक सहन व्हायाची न्हाय. खायाची आर्धीच; पर *गावळ* लैय करायाचो. संतामाय मग गावात भाकर मागाय जायाची. संतामाय येज्योस्तोर म्या तरमळत राहायाचो.

संतामाय वटीत भाकरी घिऊन येयाची. म्या आनंदानं हुरहुळून जायाचो. संतामाय हळूहळू येयाची. मला वाटायाचं, संतामाय पळत का येत न्हाय ? संतामाय माझ्यापुढी वटी पसरायाची. कुण्या-माय माऊलीनं जेवण-खाणं करून उरलं-सुरलेलं वाढली असायाची. भाकरीचं कुटकं, पिठलं, लोणचं बगून तोंडाला पाणी सुटायाचं.

म्या हावऱ्यावानी खायाचो. अन्न अमृतावानी वाटायाचं. संतामायची वटी स्वर्गावानी वाटायाची.

उपासमार पाचवीला पुजलेली. सगळ्या भैनी उपाशीच निजायाच्या. त्येंना जेवाय कोनबी उठवायाचं न्हैय; कारण भाकरीच नसायाच्या. भैनी तशाच निजायाच्या. घास मुटका आमी खायाचो. माय घळघळा पाणी पियाची. काका बिडी वढून भूक जाळायाचा. म्या उपाशी निजलेल्या भैनीवाकडं बगायाचा. झोप उडून जायाची. तहान-भूक हारपायाची. आपल्या घासातला घास भैनीवाला द्येवावं वाटायाचं. बुधवारी वनी, नागी, निरमी बाजारात हुंदडायाच्या. दिवसभर घरला पाय लागायाचा न्हैय. बाजार फुकून खात फिरायाचं. नागी, निरमी बाजारात चोरी करायाच्या. खायाचे जिन्नस चोरून घरी आनायाच्या. मग सगळेजन ते खायाचो. चोरी करू नये वाटायाचं. पर पोटाला काय घालावं ? चोरी करण्यात काय हौस असती ? गोरगरीब पोटासाठी चोरी करतात. त्येंना पोटभर भाकर मिळाली, तर कशाला चोरी करत्याल ? काळे धंदे करनारे पुढारी ठरतेत आन् पोटासाठी चोरी करणारे मातूर गुन्हेगार.

येकदा भर बाजारात बागवानानं वनीला जोड्यानं हाणल्तं. वनी रस्त्यावर लोळत व्हती. रडत हुती. वनीनं एक केळ चोरल्तं. बागवान खवळल्ता. वनीएवढं लेकरू बागवानाला आशील; पर त्येला दया-माया न्हौती. लोक जमल्ते. माझी डोळं गळक्या छप्परावानी गळत हुते.

सांच्यापारी बाजार मोल्डा. लोकांनी खाऊन टाकलेल्या केळाच्या साली वनीनं गोळा केल्या. रस्त्यात बसून वनी केळाची टरफलं खात हुती. म्या वनीला मारलो. साल खाऊ नये म्हनून हिसकावून घितलो आन् हिबाळून दिलो.

माझाबी इच्चार बदलला.

म्या केळाची साल येचून वटीत घितली. मातीनं घाण झालेली साल आंगीनं पुसली आन् नदीच्या कडंला जाऊन खाऊ लागलो. पर इतक्यात पुढून मास्तर येत असल्याला दिसला. म्या साली टाकल्या, पोट टाकलं, भूक टाकली- अकाली गर्भपातावानी.

घरात पोचलो.

माय यमावानी फाटक्या गोधडीवर बैसल्ती. भूलोकावरच्या पाप्यावानी वनी रडत हुती.

"माँ, मला अण्णानं मारलंय्."

"लोकानं खऊन टाकलेल्या केळाच्या साली खात व्हती." -माझा कबुलीजबाब. माझ्यावर माय खेकसली.

"किडा-मुंगी खऊन जगू दे लेकरू. तुला काय पडलंय रे इज्जतीचं ?"

म्या मातूर कोर्टात ऊभारलेल्या आरोप्याच्या हातातील भगवद्गीतेवानी चूप व्हतो.

बुधवार बाजारात येका कोपऱ्यात वारिक डोया *भादरीत* बसायाचा. म्या शाळंत जात व्हतो. मला शाळकरी पोरावानी कटिंग करायाची व्हती. पल्यांदाच वारकाकडं गेल्तो. न्हाय तर मायंच घरात डोई *बोडायाची.* धा पैशाचा रेझरपाना आनायाची. पान्यानं डोई भिजवायाची. परटानं कापडं भिजवावं, तसं माझं डोस्कं भिजवायाची; अन् टराटारा केसं कापायाची. डोस्क्याची आग व्हायाची. अनेक जागी पाना लागायाचा. रगत येयाचं. म्या रडायाचो. गावळ करायाचो. माय सणासण फेकाटात *गुच्चे* लगावायाची. म्या बोंबलायाचो. डोस्क्याचं सालपट सोलल्यावानी व्हायाचं. भगभग व्हायाची. परत तेल लावलेल्या *व्हंड्या* डोस्क्यावर पोरं तब्बल वाजवायाचे. वैताग व्हायाचा. माय डोई केल्यावर तोच रेझर पाना पुढच्या येळंसाठी जपून ठिवायाची.

वारकानं माझ्याकडं बगितलं. माझ्या डोईकडं बघितलं. ''ये, तू हिथं ऊभारू नको. म्या तुझी डोई करत न्हाव.'' म्या धीटवानी बोललो. माझ्या हातातलं पैसं दावलो. परगावचं येक गिऱ्हाईक बसल्तं. त्येला माझी दया आली. पाळीला बस म्हनलं. पर इसुनाथ वारीक भलताच खवळला. ''महाराचं हाय; जाऊ द्या'' म्हनला. गावकऱ्याच्या म्हशी भादरणाऱ्या वारकाला माझ्या डोईचा इटाळ कसा व्हत हुता ?

दत्तूमामाचा ल्योक आरूड त्याच वारकाजवळ डोई भादरून घेयाचा. तो चुंगीचा असल्यानं त्याची जात वारकाला कळायाची न्हाय. आमीबी डोई भादरून घेण्यासाठी चार चार मैल दुसऱ्या गावच्या वारकाकडं जायाचो. कधी चुंगीला; तर कधी बुऱ्हाणपूरला. पुढं श्रीमंतनं वारकावर खटलं केलं आन् वारीक आमच्या डोया बोडू लाला.

□□□

संतामाय सकाळच्याला उठायाची आन् माझं तोंड बगायाची. म्या धकला असताना मला पाठगुळी बांधून संतामाय गावची रस्तं झाडायाची. आता कळायाचं वय हाय. संतामाय दर बुधवारी गावाबाहीरचं मैदान झाडत्याय. जागजागी केराचे ढीग घालत्याय. म्या केराच्या ढिगाजवळ बसून संतामायचं झाडणं बगत बसायाचो. संतामायच्या खराट्यानं धुळीचा लोट उठायाचा. संतामाय धुळीच्या धुक्यात सपासप खराटे मारायाची. संतामायच्या तोंडावर, अंगावर धुराळा साचायाचा. झाडून झाल्यावर म्या टोपल्यात केर भरायाचो. संतामाय सरपंचाच्या उकिरड्यात केर टाकून येयाची.

पहाटं येयाचो. बाजार झाडून जायाय जनावरं सुटायाचे.

पहाटं झाडाय जाताना रस्त्यात संभूबाप भेटायाचा. संभूबाप इठ्ठलाचा भक्त. महारवाड्यातला 'चोखा महार'. रोजी पहाटं काकड आरतीला इठुबाला जायाचा. त्येच्या हातात भगवा झेंडा अन् गळ्यात 'चोखा महार' म्हनून लिव्हलेली कापडाची पट्टी असायाची. आमी त्येच्या पाया पडायाचो. तो आमाला बुक्का लावायाचा. झाडून परत निघताना वाटंत जनावरराक्या शंकर भेटायाचा. 'जनावरं सोडा ऽऽ' म्हनून हळी देत जायाचा. शंकरच्या खांद्यावर घोंगडं अन् काठी असायाची. त्येच्या पायात काटा मोडलेला असायाचा. तो लंगडत लंगडत जनावरं सोडून घेऊन जायाचा.

बुधवारच्याला सकाळी आशील ते कुटके चटणीबर खायाचो. दुपारच्याला खाटिक येयाचा. सगळा महारवाडा मटणावर मुरकुंडी पडायाचा. मसामाय मसराचं मटण खायाची न्हाय. *उरवुंड* बगूनच *डल्ली* घेयाची. ताजं मटण आसलं, की संतामाय किलोव दीड किलोव मटण घेयाची. रोडकं असल्यावर अर्ध्या किलवावर भागायाचं. बुधवारी आमी खाटकाची वाट बगायाचो- पावन्याची वाट बगितल्यावानी. बुऱ्हानपूरचा खाटिक सायकलीवर मटणाचं वझं आनायाचा. खाटिक दिसला, की म्या धूम घराकडं पळायाचो. घरात मायीला वर्दी देयाचो. सगळ्या झोपड्यांत खळबळ माजायाची. झोपडी-झोपडी तक्क्यावर जमा व्हायाची. तक्क्याच्या पुढी चिचंच्या झाडाखाली खाटिक दुकान मांडायाचा. झाडाच्या फांदीला जनावराचं धड टांगलेलं असायाचं. खाटिक सराईतपणे सागुती कापायाचा. ताकडीत जोकायाचा. *चिलबीट* खाण्यासाठी कुत्र्यांची गर्दी व्हायाची. खाटकाच्या पुढी ताट-वाट्या घिऊन बाया गलका करायाच्या. माशा मटणावर इतक्या बसायाच्या, की मटण दिसायाचं न्हाय. खाटिक हात हलवून माशा मारायाचा. घार आभाळात हिंडत असायाची.

म्या मायीसंगं डल्ल्या आणाय जायाचो. माय खाटकाला भांडायाची. मांडीचं मटण लाव म्हनायाची. *मांद* दे म्हनायाची. मला चानी देयाय लावायाची. माझ्याकर्ता कवाकवा *ठोणा* घेयाची.

माय मटणाचं ताट पदराखाली झाकून घरला निगायाची. म्या खाटकानं दिलेली चानी घिऊन लुगुलुगु चालायाचा. वरली घार कवान् माय झडप घालायाची. चानी घिऊन जायाची. घारीच्या नखानं हात वरबाडायाचा. मायीचा पाठीत *बकम्मा* बसायाचा. वरून दोन-चार शिव्या फोळणीला.

संतामाय सकाळपारी चटणी-भाकर खाऊन बाजार उकळाय निगायाची. म्या पिशव्या घिऊन मागं मागं फिरायाचो. आमी बाजार झाडायाचो. बदल्यात बाजार उकळून खायाचो. ग्रामपंचायतीची पगार-बिगार न्हौती.

प्रत्येक कापडाचे गठ्ठेवाले धा-धा पैसं देयाचे. येकेक बेरकी असायाचे.

खवळायाचे. देयाचे न्हैत. संतामायबी भांडायाची. लंगर जुंपायाचं. 'परत फिरून ये' म्हनायाचे. दोनदा चकरा घालाव्या लागायाच्या. पिशव्या मालानं भरल्या की, म्या घरी जाऊन रिकाम्या करून येयाचो. बाजार उकळलेला माल घरात ठिवायाचा. रिकाम्या पिशव्या घिऊन परत बाजारात हजर व्हायाचं. दिसभर हेल्पाटे घालायाचे. बुधवार चांगला वाटायाचा.

बुधवारच्याला अंगावरचे कापडं धिवायाचो. जरा ठाकठीक राहायाचो. महारवाडा सगळा घरात राहायाचा. सगळे दुपारपातूरच मजुरीला जायाचे. दुपारून आठवड्याचा बाजारहाट करायाचे. महारवाड्याला *कळा* येयाची. आजूबाजूच्या गावचे लोक बाजाराला येयाचे. गाव भरून वाटायाचा. शेवंता बाजारात येयाची. वावटळीवानी फिरायाची. म्या तिला बगायाचा; ती मला. तवा बाजार मोडत आलेला असायाचा.

बाजार मोडत आला, की व्यापारी कापडाचे गठ्ठे बांधायाचे. हळूहळू बाजार संपायाचा. येकेक कापडाची गठ्ठे बस स्टँडवर नेयाचे. म्याबी हमाली मिळावी म्हनून घुटमळायाचा. कापडाचा गठ्ठा डोक्यावर घिऊन स्टँडवर जायाचो. दादा कावायाचा. हमाली करू नको म्हनायाचा.

□□□

एक गाल पिळला तर दूध यावं, दुसरा पिळला तर रगत, असं ह्ये वय ! खाऊन-पिऊन हुंदडायाचं ! पर याच वयात वाईट नादाची कीड लागल्ती. वढून टाकलेल्या बिड्या, सिगारेटची तुकडं वढायाचो. पोरींवर मरायाचो. रोजीना आंगूळ करायाचो. दातं घासायाचो. हागाय पानी नेयाचो.

आमचा महारवाडा शे-सव्वाशे घरांचा. आमच्या वार्गीचे धा-पंधरा पोरं अन् वयात न आलेल्या साताठ पोरी. म्या शेवंतावर मरायाचो. तिचं घर कित्ती वसाड वाटायाचं. जीव जाळायचा हा वसाडपणा. रपरपणारं ऊन, धा-पाच कुत्री, निस्तेज चेहऱ्याची पोरं, चुट्टा वढत बसलेली म्हातारी, पडक्या घराची खिंडारं, येखादा भेलकांडत जानारा दारुड्या. याला सोडून हिथं काय हुतं जीव रमाय ? पर जवा शेवंताची डोळं वळखीची झाली, तवा हैराणपणाबी सोन्यावानी वाटायचा.

शेवंताची माय लागील तिथं कामाला जायाची. बाप खड्डं मारायाचा. शेवंता आपली तीन भावंडं संभाळीत बसायाची. शेवंता धा-अकरा वर्साची. वर्सा दीड वर्सात तिला *वटी यील.* शेवंताचा न्हानगा भौ सदा तिच्या काखंला असायाचा. माय *हाळजायाच्या* कामावर; शेवंता लेकरं संभाळायाच्या कामावर. दोन धकल्या भैनी रडत शेवंताच्या पाठीमागं असायाच्या. दिसभराच्या दोन भाकरी ठिवून मायबाप रान धरलेले.

घास घास भाकर खाऊन घोट घोट पानी पिऊन जगनारा हा महारवाडा.

शेवंता कधी मोकळी हसली न्हाय. डोस्क्याला तेलपाणी मिळायाचं न्हाय. मायबापाच्या संसारात शेवंता तेल्याचा बैल झाल्ती. शेवंताच्या डोळ्यांत गायीच्या डोळ्यांतला गरीबपणा असायाचा. तिची माय दिंड घातलेली लुगडं नेसायाची. बाप सगळ्या पाठीवर फाटलेली आंगी नेसायाचा. शेवंता दुपारच्याला आपल्या भैनीवाच्या उवा मारत बसायाची. म्या शेवंताकडं बगत राहायाचा- अपघाताकडं बगितल्यावानी.

शेवंता घरात आसली, की म्या शिट्ट्या मारायाचो; गाणं म्हणायाचो. माझा आवाज वळखून शेवंता घराबाहीर येयाची. मुद्दाम भांडी घासत अंगणात बसायाची. म्या नदीला गेलो, की तीबी नदीला येयाची. ती नदीला गेली, की म्याबी जायाचो. करमायाचं न्हाय. शेवंता माझ्या तोंडावर आयना मारायाची. म्या तिला हातानं खुणवायाचो. तिला चिंचा काढून देयाचो. आमी येकमेकांत गुंतत हुतो.

म्या नदीत बुडत व्हतो. पान्यात मस्ती करत व्हतो. शेवंताची वाट बगत हुतो. अंगावर मळ साचलेली असायाची. मासे अंगाला टोचा मारायाचे. गुदगुल्या व्हायाच्या. शेंबूड शिकरून पान्यात टाकायाचो. मासे शेंबडाभोवती गर्दी करायाचे. काळा दगूड घिऊन त्येच्यानं अंग घासायाचो. कुणी तरी साबणानं कापडं धिवू लागला, की म्या कापडं धिवाय काढायाचो. लोक साबणानं कापडं धिवायाचे. कापडं धुवताना साबणाचा फेस निगायाचा. म्या त्या फेसात माझी कापडं भिजवायाचा. फेसात कापडं भिजवू देवावं म्हनून म्या त्यांची कापडं वाळू घालायाचा. माझी फेसात भिजलेली कापडं धुताना आनंद व्हायाचा. आंगीचा पुढचा भाग शेंबूड व पाटी पुसून मळका झालेला असायाचा.

नदीच्या पाण्यातून बेंडकुळीचा गू येयाचा. शेवाळाचे फथुलेच फथुले. पान्यात डोस्कं बुडवून वर काढलं, की डोस्क्यावर फथुलाच असायाचा. शेवंता नदीला यावी म्हनून देवाचा धावा करायाचा.

शेवंता नदीला आली.

तिला काय बोलावं ? कसं बोलावं ? शेवंताची भीती वाटायाची. माझी मला लाज वाटायाची. आमी दुरूनच हसायाचो. पर दोगं जवळ आल्यावर घाबरून जायाचो. घालमेल व्हायाची. शेवंता शेवाळ सारायाची. डोईवरचा पदूर घागरीला लावायाची. पानी भरायाची. पान्यात आभाळ पडायाचं. म्या पानी पानी व्हायाचो. शेवंता आली, तशी माघारी गेली. जाताना मागं वळून बगितली. ती हसली. म्या हसलो. 'परत पान्याला ये' म्हनून म्या हात केलो. तिनं मानेनं होकार दिला. मला इतका आनंद झाल्ता की, धरणी डोस्क्यावर घिऊन थयथया नाचावं. आभाळ पायाखाली घिऊन सैरावैरा धावावं.

शेवंता येत हुती. मन घट्ट केलं. आता कायबी व्हवू दे शेवंताच्या अंगावर पानी उडवायाचंच. पान्यावर लाटा लाटा आल्या. मनात वाटा वाटा झाल्या. लाजेला भीतीचा काटा आला. शेवंता पान्यात आली. म्या शेवंताच्या अंगावर पानी उडवलं- फुलं उधळावं तसं. तिच्या तोंडावर, केसांवर, अंगावर. वाटत हुतं. शेवंताला उचलून घ्यावं. ढव्हात न्हेवावं. तिला मन भरून चिंब भिजवावं. मनमोकळं व्हावं. तिच्यासंग धिंगामस्ती करावं. शेवंतानं आपल्या अंगावर पानी उडवावं. आमी इंद्रधनुष्याच्या आड व्हावं.

शेवंता बावरल्ती.

तिच्या केसातनं निथळणारा पाण्याचा थेंब मोत्यावानी गालावरून ढळत हुता. तिचं डोळं नदीच्या पान्याहूनबी निर्मळ वाटत हुती. तिचे व्हट वंजळीत घेऊन पान्यावानी प्यावं वाटत हुतं. पर शेवंता चपापली हुती.

"नको रे शरण, अंगावर पानी उडवू. कापडं न्हैतं घालाय."

पोटात पानी असूनबी वाळू तापत व्हती.

लांडी-लबाडी पचत्याय; पर शिंदळकी न्हैय. माझं आन् शेवंताचं लफडं घरात कळलं. महारोगाच्या चट्ट्यावानी आमचं प्रेम वाढत व्हतं. संतामाय शेवंताला मागणी घालीन म्हणायाची. पर कसं शक्य हाय ? म्या अकरामाशी. शेवंताचं-माझं लगीन कसं व्हईल ? संतामाय दत्तूमामाची गोष्ट सांगायाची. दत्तूमामानं महारवाड्यातली बाई काढून न्हेली, तवा सगळा महारवाडा काठ्या-कुऱ्हाड्या घेऊन त्येची *तान काढल्ता*- पिसाळ कुत्र्याची तान काढल्यावानी. दत्तूमामा वाचून गेल्ता. संतामाय गलबलून सांगायाची, "महारं लैय कडू हैती. तुझं खांडं घालतील. तुझ्यामागं इच्चारनार कोन न्हाय. आपल्या घरात गडी ना गांड्या. आमाला घिऊन निजतील. तू त्या शेवंताचा नाद सोड. गावातली रांड केलाच तर सगळा महारवाडा तुझ्यामागं हुभारील."

□□□

दिस उन्हाचे असत्याल. मला लैय कळत न्हौतं; पर तवा घडलेलं अजूनबी उमगतंय्. म्या, संतामाय चुंगीवरनं माल आनत व्हतो. चुंगीला सव्वा रुपयं बाटली दारू मिळायाची. आमी गावात दीड रुपायाला इकायाचो. आनलेल्या दारूत नवसागर व पानी घालून चार-दोन बाटल्या जादा करायाचो. पुढं संतामाय आन् मसामाय घरातंच भट्टी काढू लाल्या. संतामायची भट्टी येगळी; मसामायची येगळी. दोघीचं गिऱ्हाईकबी येगळं. दोगी माय-ल्येकी गड्यावानी धंदा करायाच्या. जवा दारूचं पानी इकावं, तवा कुठं घर चालावं. येक कप इकला, की सकाळचा च्या व्हायाचा. कधी दुपारपातूर

गिऱ्हाईक येयाचं न्हैय. दाताचं पानी गिळत बसायाचो. गिऱ्हाइकाची देवावानी वाट बगायाचो. आठ आण्याला एक कप दारू. आठ कपाची येक बाटली. सहा बाटल्यांचा एक गॅलन.

आमच्या महारवाड्यात चार-पाच दारू-धंदे व्हते– दामुण्णा, माणकुण्णा, हिरामाय, कमळाक्का आन् आमच्या घरात. मोठ्या डेऱ्यात गूळ व नवसागर घालून पानी कुजत ठिवायाचो. रोजीना गोडव्याला हात मारायाचो. गुळा-नवसागरात पाणी कुजायाचं. सातव्या दिशी भट्टी काढायाची. दारू म्हंजी कुजलेल्या पाण्याची वाफ. वाफंला वरून थंड पाणी दिलं, की दारू व्हायाची. सात वेळा पाणी तोडलं, की भट्टी उतरायाची. एक भगुलं माल मिळायाचा.

घरात चूल पेटलेली असायाची. चुलीवर गोडव्याचा डबा चढलेला. डब्यावर घडगी ठिवलेली. घडगीमधी एक भगुलं; तर घडगीवर पितळंचं टोपलं ठिवलेलं असायाचं. जाळ दणका जळायाचा. गोडवा उकळू लागायाचा. गोडव्याची वाफ डब्यातून घडगीत येयाची. घडगीतून वाफ बाहीर पडू नये म्हनून सगळीकडं शेनानं लिपलेलं असायाचं. घडगीत वाफ कोंडून राहायाची. पितळंच्या टोपल्यात थंड पानी भरलेलं असायाचं. थंड पान्यामुळं गोडव्याच्या वाफंचं पानी व्हायाचं; आन् ते घडगीतल्या भगूल्यात जमा व्हायाचं. टोपल्यातलं पानी गरम झालं, की पानी बदलावं लागायाचं. सात वेळा पानी बदललं, की भट्टी उतरायाची.

पहिल्या धारंची दारू लैय कडक असायाची. उकळलेला गोडवा उकिरड्यात वतून देयाचो. गोडव्याचा घाण दर्फ नाकात बसलेला. दारूचा वास तर सवयीचाच.

सदा गिऱ्हाइकाची घरला वर्दळ असायाची. आमी झोपीत असायाचो. पिदाडे बडबडत राहायाचे. भांडायाचे. आमी जेवत बसलो, तर दारू पियाय येयाचे. आमच्या पुढीच वकायाचे. त्येंच्या वकरीचा वास येयाचा. काय काय खाल्लेलं पडायाचं. आमी जेवत राहायाचो. माय वकरी वरबडून काढायाची. त्येनला शिव्या हासडायाची. ते तसंच बसून राहायाचे, *खूत्त देऊन गैर गुमान्या*वानी.

दोगं- चौगं आले की, घंटा घंटा बसून राहायाचे. कप कप पीत राहायाचे. मला मीठ मागायाचे. दुकानातून खारे फुटाणे आणाय सांगायाचे. म्या सगळ्यांचं काम ऐकायाचो. कवा कवा चिवडा घिऊन दारू पियाय येयाचे. आमच्या हातावर चिवड्याचे दोन दोन दाणे ठिवायाचे. कवा कवा धा पैसं खायाय देयाचे. दारू पीत वाढुळज्यकाना बसायाचे. घरात कुठंबी थुकायाचे. मसामाय खवळायाची. ते लाडात येयाचे. चंदामाय भांडण काढायाची.

मसामाय दारू देताना त्येनी कित्तीदा तरी मायीच्या हाताला धरलेलं म्या बगितलावं. आपला धंदाच असला वाटायचा. मसामाय घरात नसली, की म्याच इक्री

करायाचो. इक्रीचा पैसा मायीला देयाचो. मग माय धा पैसे खायला देयाची. शरणूच्या हातची भोणगी चांगली असत्याय, म्हणायची. मलाबी बरं वाटायचं. आपल्या हातचे गिऱ्हाईक व्हावं वाटायाचं.

पोलिसाची हमेशा भीती असायाची. म्हनून आमी माल उंकड्यात पुरून ठेवायचो आन् दिसभर शेत राकल्यावानी *उंकडा* राकीत बसायचो. माल लागील तसा उंकड्यातनं काढून घेयाचो. पोलिस आले, की पळापळ होई. पोलिसांचा एकदम गराडा पडी. आमी दारूच्या बाटल्या भडाभड उंकड्यात टाकून देयाचो. कवा कवा सगळी दारू न्हाणीत वतून घागरभर पानी वतायचो. दारूचं ट्यूब माळवदावर टाकून देयाचो. पोलिस घावील त्येला पकडायाचे.

येकदा पोलिसांचा गराडा पडलेला. माणकुण्णा घरात सापडलेला. घरात दोनच बाटल्या दारू. पोलिस माणकुण्णाला धरणार, इतक्यात माणकुण्णा पोलिसाच्या हातावर मास्तरनं छडी मारावं तसं बाटल्या मारून फोडतो अन् पळून जातो. माणकुण्णावानी आपूनबी धाडस करावं, वाटायाचं. माणकुण्णा सजा भोगून आला की थोरामोठ्यांच्या पाया पडायचा. सगळा महारवाडा त्येची ईच्चारपूस करायाचा. माणकुण्णा मारलेल्या पोलिसाची आईल-बाईल काढत राहायचा.

पोलिसाची धाड पडल्यावर हाल व्हायाचं; नुकसान व्हायाचं. सगळी घडीच उस्कटून जायाची. परत उसनवारी करून धंदा चालवावा लागायाचा. रेड पडायाच्या अगूदर कुणकुण लागायाची.

माल सप्पक हाय का कडक, तेबी म्याच बगायाचो. दारूत कापड भिजवून त्येला काडी लावली, की कापडं भगऽ म्हन पेटायाचं. जितका जाळ भडकील, तितका माल कडक. कवा कवा माल सप्पक असायाचा. भट्टी चुकायाची. दोन-तीन दिसाचा माल उतरलेला असायाचा. आंबूस लागायाचा; पर नशेला चांगला असायाचा. माल सप्पक असल्यावर गिऱ्हाईक फिरकायाचं न्हैय. गिऱ्हाईक वरडायाचं- "काय पान्यावानी माल है. सगळं पानीच घातलंय यात. पैसं घेताव; जरा चांगला माल देत जावा."

चांगला माल असला, की गिऱ्हाईकबी खुश व्हायाचं. अंग झडझड झाडायाचं. बरं वाटायाचं. माय खुशीत येऊन म्हनायाची, "आमी पानी घालत न्हाव. कुनाचा अक्रितीनं पैसा घेत न्हाव. पान्यातला पैसा पान्यात जातूय."

माल उडत आला अन् गिऱ्हाईक येऊ लागलं, की संतामाय पानी घालून बाटलीचे दोन बाटली करी. कधी नवसागरची भुकटी टाकून देई. नवे पोरं चोरून दारू पियाय येयाचे. सरपाटे गुरुजीची आमच्यायकडं उधारी व्हती. नशा झालेल्या गिऱ्हाइकाला दारूची बाटली खंगाळून पानीबी दिलं, तर कायबी कळत न्हाय.

म्या कवा कवा सायकलीवर माल आनाय जायाचो. ट्यूब बांधायाचो;

सोडायाचो. दारू आणाय गेल्यावर एक तांब्या माल शॅम्पल म्हनून पियाय मिळायाचा. भट्टीवर माल सायकलवर लादून देयाचे. कच्च्या आडवाटंनं सायकल हानायाचं. नशा व्हायाची. रस्त्यात धा जागी पडायाचो. पडलो, की सायकलीवर बसता येयाचं न्हैय. कुणी तर गुराखी मग सायकलीवर बसवी. घरला आल्यावर माय वरडायाची- "घरला आल्यावर किती पियाचं हाय तेवढं पीत जा. रस्त्यात मेलाच तर ?"

येकदा कमळाक्का आन् निरमी माल आनाय चुंगीला गेल्ते. कमळाक्का नवरा सोडलेली आडदांड बाई; तर निरमी धा वर्साची. दोगी सकाळी सकाळी गेल्त्या. दीड कोस जायाचं; दीड कोस येयाचं. तीन कोसांचा पल्ला. पायपाय. सांच्यापार झाली तरी, दोगीचा पत्ता न्हौता. तिसरापारपातूर येयाला पायजे हुत्या.

आमी दिस उतराय चुंगीच्या वाटंनं निगालो. पोलिसानं पकडलं तर नशील ? कोन मारलं-बिरलं तर नशील ? नाना तऱ्हंचे इच्चार येत व्हते.

कमळाक्का आन् निरमी नशेत वरलोड झाल्त्या. कमळाक्काचं लुगडं फिटल्तं. तिची सुद्धबुद्ध तिला न्हौती. निरमी झाकलेलं डोळं उघडत न्हौती. दोगी दारूचे ट्यूब उशा-पायथ्याला टाकून पडल्त्या. आमी पळतच गेलो. मसामाय रडू लाली. "या पोटाला इस्तू लावलं. लेकराला उगीच धाडलं कमळीसंगं."

मायीनं मला दारूचं ट्यूब घिऊन जायाय सांगितलं. म्या अन् नागी वढ्यावढ्यानी घर जवळ करत व्हतो. संतामाय निरमी भानावर येवावं म्हनून लगीनशाला मागून घेत व्हती.

□□□

दारू म्हंजी भांडणाचं इगीन. घरात माझ्यापास्नं सगळे दारू पियाचे. दारू म्हंजी आमचा च्या.

बाशाकाका सरपंच असताना आमचं चांगलं व्हतं. संतामाय रस्तं झाडायाची; दादा दिवाबत्ती करायाचा. टुकूटुकू कसं तरी 'म्हातारीच्या भोपळ्यावानी' चालल्तं. दादा खांद्याला शिडी आडकावून, दुसऱ्या हातात रॉकेलचा डबा घेऊन गावभर दिव्यात तेल घालत फिरायाचा. गल्लीतल्या दिव्याच्या खांबाला शिडी लावून वर चढायाचा. गळ्यातल्या रुमालानं कंदिलाचे काच पुसायाचा. चिमणी खाली घेऊन येयाचा. चिमणीत घासलेट घालायाचा. आमच्या घरात चोरून घासलेट ठिवायाचा. वाटेत कुणी वळखी-पाळखीचे भेटले, तर मला सलाम कराय लावायाचा. म्या बाशाकाकाला 'आले कुम सलाम' करायाचो. संध्याकाळला दादा दिवे लावून येज्योका म्या, संतामाय जागत बसायाचो.

बाशाकाका मुसलमान सरपंच हुता. तो खाल्ल्या पार्टीचा. बाशाकाकाच्या घरी म्या अन् संतामाय दिसभर राहायाचो. संतामाय पडलं-झडलं काम करायाची. दळून आनायाची; झाडू मारायाची. म्याबी बाशाकाकाच्या घरात मनमोकळा खेळायाचो. खाटिक महारवाड्यात येयाचा. संतामाय गायीची सागुती मुसलमान-वाड्यात नेऊन देयाची. बाशाकाकाच्या घरात येकदा बासलगावच्या माणसानं मला कापडं आणून नेसवल्तं. तो हणमंताचा माणूस व्हता.

पुढं रामू सरपंच निवडून आला. त्येनं दादाला कामावरून काढून टाकलं. कारण माझा दादा मुसलमान हाय. महामुद दस्तगीर जमादार. रामू सरपंच वाण्याचा. बाशाकाकाच्या इरुद्धच्या पार्टीचा. बाशाकाकानं ठिवलेला मुसलमान कोतवाल रामू सरपंचाला नको व्हता. दादा बरूबर संतामायचंबी काम गेलं. रामूनं आपल्या मर्जीतल्या लोकाला काम दिलं. मल्लूची सोना बाजार झाडू लागली; अन् तिचा थोरला ल्योक शेषू दिवाबत्ती करू लागला.

पुढं गॅसबत्ती आल्या. गॅसबत्ती पेटवणं जोखमीचं काम. शेषूला तर दारूची सवय. शेषूसंगं श्रीमंतबी जोडीला असायाचा. दोगं गावात गॅसबत्ती लावायाचे. पर येकदा कसा काय गॅसचा स्फोट झाला आन् शेषू व श्रीमंत आगीनं लगडले.

शेषूच्या अंगावर रॉकेल उडालेलं. झोपडी पेटल्यागत पेटलेला. चावडीत पळापळी करू लागला. आरडू-वरडू लागला. श्रीमंत फक्त चड्डीवर हुता. तो पळत जाऊन न्हानीच्या घाण पाण्यात बसला. त्याचं अर्ध अंग भाजलं. होरपळलं. तंवर गाव जमत व्हता; पर पेटलेल्या शेषूला वाचवण्याची कुणाची हिम्मत व्हत न्हौती. त्याच्यावर लोकांनी घागरभर पानी वतलं अन् ताबडतोब तालुक्याला हलवलं. गावात हळहळ हुती. अंधार व्हता. मल्लूची सोना येड लागल्यावानी करत व्हती.

तिसंदिशी लिंबाच्या डहाळ्यात झाकलेला शेषूचा मुडदा आला. शेषू मातीआड झाला; पर मला चावडी पेटल्यावानी वाटायाची. आगीनं पेटलेला शेषू दिसायाचा. वाटायाचं, बरं झालं, दादाचं काम गेलं.

दादा दारू पिऊन भांडण काढायाचा. लोक त्येला मारायाचे. हमालीचे पैसे उधळून देयाचा. नोटा फाडायाचा. सरपंचाला शिव्या घालायाचा. न्हानगे पोरं त्येची टर उडवायाचे. कुनाच्या तरी न्हानीजवळ नशेत पडलेला असायाचा. म्या, संतामाय, नागी, निरमी जायाचो. दादाला धरून उठवायाचो. त्येचं धोतर फिटलेलं असायाचं. संतामाय त्याचा कास्टा घालायाची. तो शिव्या हासडायाचा. संतामाय त्येच्यावर खेकसायाची. नागी, निरमी, संतामाय दादाला 'डोला' उचलल्यावानी उचलायाच्या. म्या दोन्ही हातात दादाच्या चपला घेऊन त्येवच्यामागून चालायाचो.

दादा पिला, की संतामायसंगं भांडत राहायाचा. दोगांच्या भांडणात म्या

चक्रावून जायाचा. एकीकडं दारू पिऊन निजलेला आजा; तर दुसरीकडं रातभर खोकणारी आजी. झोपताना संतामाय 'आंबाबाय, लक्ष्मी' म्हनायाची; तर दादा 'हैद्रीखाजा, बंदेनवाज, हाजिमलिंग, लगीनशावली, अल्ला, बिस्मील्ला, मौल्ला' म्हनायाचा. कवा कवा संतामायच्या अंगात येयाचं. ओरडायाची. चिरकायाची. म्या झोपीतून खडबडून जागा व्हायाचो. संतामायचं घुमणं बघून मला भीती वाटायाची. म्या घराबाहीर पळून जायाचा. संतामायजवळ जाऊन झोपायाची भीती वाटायाची. घराबाहीर थर्रथर्र कापत ऊभारायाचा. संतामायचं चराचर चिरकणं भेसूर वाटायाचं. दादा भीतीची माती टोकरून तिच्या कपाळाला अंगारा लावल्यावानी लावायाचा. मग संतामायच्या अंगातलं हळूहळू थांबायाचं.

दादा पिला, की भांडायाचा. संतामायबी पियाची. दादाला बुक्क्या मारायाची. दादा जेवायाचं ताठ हिबाळून भिर्रकावायाचा. घरभर काला व्हायाचा. चंपीकुत्रीचं पोट भरायाचं. दादा संतामायला 'इमाम आल्ता का ?' म्हनून इच्चारायाचा. संतामाय दादाला शिव्या घालायाची. भडकायाची. म्या गलबलून जायाचो. रडू येयाचं.

□□□

मला त्या दिशी पाळण्यात घालायाचं हुतं. संतामायचा यकुल्ता येक भाऊ लाकडं तोडाय जात व्हता. तो लाकडं इकून जगायाचा. कुऱ्हाडीवर त्याचं पोट. मसामायनं त्येला "लेकरू बग; ये" म्हनून बोलवलं; पर तो ऐकला न्हैय. "लाकडं तोडून येतो. तेवढंच जळण व्हईल लेकराचं पानी तापवाय" म्हनून तसाच गेला. त्येला त्येचं मरण बोलवत हुतं. ते चुकील कसं ?

लक्ष्मण घरामागं असलेल्या झाडावर घाव घालत हुता. कुऱ्हाडीचा खप खप आवाज येत हुता. झाडाच्या चक्क्या उडत हुत्या. या जुनाट झाडाचं भीव वाटायाचं. झाड अंगावर पडल्यावानी वाटायाचं. वारं सुटलं, की झाडाचा कराकरा आवाज येयाचा– दातं खल्ल्यावानी. काळं घुडूप झाड. झाडावर बसून घुबड वरडू लागलं, की जीवाचा थरकाप उडायाचा.

थोड्या येळानं कडाडा आवाज आला. मसामायच्या पोटात झल्लं झालं. झाड पडलं व्हतं. झाड पडायाच्या बेतात लक्ष्मण पळू लागला. पर झाडानं डाव साधला. लक्ष्मणचं डोस्कं झाडाखाली सापडून चेंदामेंदा झालं. सातूबापचा वंस बुडाला. मला पाळण्यात घालण्याऐवजी लक्ष्मणचं मडं गाडीत घालून पोटफाडीला न्हेलं.

म्या पांढऱ्या पायाचा ठरलो. म्या जल्मलो निम्म्या रातीला. मसामाय हाळजून मला मांडीवर घिऊन बसल्ती. म्या टाहो फोडल्ता. संतामाय-दादाची झोपमोड झाली.

माझं रडणं ऐकून दादा खडबडून उठला. त्येला वाटलं, घरात मांजराचं भांडण लागलंय. त्येनं मोठं लाकूड घिऊन अंधारात धावला. इतक्यात मसामाय जीवाच्या आकांतानं वरडली, "माझं लेकरू हाय; मारचील बाबा."

सातूबापाचा वंस बुडाल्यावर गावकीची कामं संतामाय करू लागली. रस्ते झाडायाची. गावकऱ्यांसाठी आगटी पेटवायाची. थंडीच्या दिसात गावकरी आगटीभवती बसून शेकायाचे. त्येवच्या चुट्ट्यासाठी रुचकीची पानंबी आनावी लागायाची. चावडी सारवायाची. सरकारी कागदं घेऊन तालुक्याला पाच कोस चालत जावं लागायाचं. तवा दादा गाव राकायाच्या कामावर हुता.

येका नितळ राती संतामाय नदीत लुगडं धुवत हुती. चांदणं पाण्यात ढवळत हुतं. इमाम तिथं आल्ता. दोगं काय बोलत व्हते, कुनास ठाऊक ? पर दादानं दोगान्ला बगितलं. बस ! जवा जवा दारू जादा व्हईल, तवा तवा दादा संतामायला हिणवायाचा. आज वर्सं लोटली, दातं पडली, डोस्क्याची केसं पांढरी झाली, तोंडावर सुरकुत्यांची दाटीवाटी झाली; तरीबी दादा पिला, की भळभळणाऱ्या जखमेवानी बोलतूय– "आज इमाम आल्ता का ?" अन् संतामाय उसळून बोलतीया. उन्मळून पडनाऱ्या झाडावानी तिच्या डोळ्यातनं अश्रू ढासळतंया.

मुळे भिमशा ह्यो येक और दारुड्या. दारूच्या नादात त्येनं घरदार, शेतबाडी सगळं इकलं. म्हाळाशा कोतवाल, चंदू पुजारी, बसू आज्या, मल्लू तंबाकूचा व्यापारी, हताळे मलेशा अशी कितीतरी माणसं दारू पियाची. महारवाड्याचा रस्ता सदा नशेत फुल्ल असायाचा. दारुड्यांना महाराघरची दारू चालायाची; पर पानी न्हाय. बाई चालायाची; पर तिच्या हातची भाकर न्हाय.

महारवाड्यातले सगळे दारूधंदेवाले आमच्या गावच्या हवालदाराला हप्ता देयाचे, कोंबडं चारायाचे; पर आमी हप्ता देयाचो न्हाय. हवालदार अन् पोलीस हप्ता वाटून खायाचे; पर गावच्या पोलीस पाटलाला हप्ता देयाचे न्हैत. कारण पाटलाकडं आमचं घर हुतं. पाटील आमच्या घरी राहायाचे. म्या त्यांना 'काका' म्हनायाचो.

माझी माय मसामाय. संतामायची यकुल्ती येक ल्येक. तिचं लगीन झालं येका गरीब घरातल्या माणसाशी. इठ्ठल कांबळे त्याचं नाव. रोजीना उपासमार तर व्हायाची.. दिसभर गवत कापायाचं. दोन कोसावर तालुक्याला आनून इकायाचं. पोटापाण्याचा बाजार करायाचा. लाकडाचे भारे अक्कलकोटला आनून इकायाचं. भारा इकल्यावर पीठ पाणी घिऊन जायाचं. हातावरचं पोट. रोज कमवावं. रोज खावावं. संतामाय, दादा कवाबवा चालत बासलगावला जायाचे. दहा-पाच कोसाचा पल्ला. डोस्क्यावर पीठ-मीठ घिऊन मसामायला बोलाय जायाचे. तवा कुठल्या मोटारी ?

इठ्ठल कांबळे हा सालानं शेतमालाकडं सालगडी हुता. वर्साला साताठशे

रुपयाची चाकरी. रात-दिस शेतमालकाच्या घरा-शेतात राबायाचं. शेतातल्या जनावरात आपुन येक जनावर व्हायाचं. गोठ्यात रवंथ करनारी जनावरं काय येगळी न्हैत आन् हा चाकरमान्या काय येगळा न्हाय ! बैलाचा खांदा आल्यावानी दु:ख आलेलं. बैलाच्या अंगावर चाबकाच्या वळा उठाव्या, तशा आपल्याच बरगड्या दिसनाऱ्या. गोमाशीवानी पोट पाठीला चिटकलेलं. जनावराच्या गोठ्यावानी आयुष्य पडलेलं. डोळ्यातल्या पान्याला किती कासरा घालावा ? भुकेला किती रवंथ करावं ? नांगराला जुपल्यासारखं स्वत:चं जीवनाला जुपून घ्यावं लागतं. पाटातून वाहणारं झुळूझुळू पानी पोटात येक अस्वस्थ घामाचा थेंब घेऊन वाहत असतं.

इठ्ठल कांबळे हा हणमंता लिंबाळे नावाच्या पाटलाच्या शेतात राबायाचा. पाटील अडीनडीला हातभार व्हायाचा. यात त्येची अडीबी येगळी व्हती; त्याची नडीबी. त्येचा भरला हात एक भरला संसार मोडत व्हता.

जातपंचायतीनं मसाईचं थानचं लेकरू हिसकावून घितलं. दोन-चार वर्साच्या सूर्यालाबी मसामायजवळून तोडून घितलं. तिची फारकत केली. दोन बारके लेकं टाकून मसामाय रडत निगाली. धर्मा मसामायकडं हात काढून रडत हुता. सूर्यानं मसामायीमागं जाण्याचा हट्ट धरल्ता. नवरा-बायकूचे संबंध संपू शकत्येत; पर माय-मुलाचे संबंध कसे तुटू शकतील ?

मसामायला आता रान मोकळं झाल्तं. रोज या रस्त्यानं लाकडाचा भारा घिऊन पोट भराय तालुक्याला निगायाची, तवा तिचा जीव घरा-दारात, नवऱ्या-लेकरात गुंतलेला असायाचा. पर ती आज जीवनातनं उठल्ती. दंडकारण्यात आसरा शोधणाऱ्या सीतेवानी ती भान इसरून चालल्ती.

इठ्ठल कांबळेनं दुसरं लगीन केलं. गड्याला काय, कितीबी येळा पान खाऊन थुकता येतंय. पर बाईच्या जातीला बट्टा हाय. येकदा नासली की नासली. आता मसामायचं लगीन कसं व्हनार ? घरात खायाय दाना न्हाय. नवरा सोडलेली मोकळी बाई. डोईवरचा पदूर खांद्यावर पडलेला.

दादुन्या आमच्या गावातला गोंधळी. कलगी-तुऱ्याचं गाणं गातुया; नाटकं बसवतुया. फावल्या येळंला डोस्क्यावर भांड्याची डाल घेऊन आजूबाजूच्या गावात भांडी इकत फिरतुया. पैल्यांदा त्येनं मसाई गाठली. कलगी-तुऱ्यात गाणं म्हणाय बाई लागत्याय. बाईनं डफावर गाणं म्हणायाचं. तुनतुन्यावर झीलकरी साथ करायाचा. चारचौगाची ही भजनी मंडळी असत्याय. मसामाय गाण्याला नकार दिली. सडं जगायाचं ठरवली.

हणमंता लिंबाळेनं मसाई गाठली. तिला अक्कलकोटमधी भाड्याच्या घरात ठिवलं. मसामायीनंबी हणमंताचा हात धरला. ज्येचा आळ घिऊन तिला माणसातनं

उठवल्तं, त्येच्याचसंगं राहायाचं — लोकाच्या नाकावर. हणमंतानं मसाईचं घर मोडलं अन् तिला आपल्या ताब्यात ठिवून घितलं. — हौसेनं कबूतर पाळावं तसं. दोगं गोडीगुलाबीनं राहू लाले. मसाईला दिस गेले अन् मुलगा झाला. या मुलाचा बाप कोण ? हणमंताला मसाई पायजे हुती. तिचं शरीर पायजे हुतं. पर लेकरू ? मसाईच्या पोरामागं हणमंताचं नाव लागलं, तर त्येच्या कुळाची बदनामी व्हती. पुढं पोरगं मोठं झालं, तर शेतात वाटा मागील; मसाई कोर्टात जाईल. हे हणमंताला नको व्हतं. पर झालेलं मूल कोणाला टाळता येतंय् ?

म्या जल्मल्यावर तमाम पाटील जमीनदारांची घरंदाज वाडे अस्वस्थ झाले असतील. माझ्या पैल्याच उच्छ्वासानं जगातली नीती घाबरली आशील. माझ्या रडण्यानं इथल्या तमाम कुंतींना पान्हा फुटला आशील !

माझी माय का झाली या बलात्काराला राजी ? का रिचवला आशील हा अनैतिक संभोग नऊ महिने नऊ दिवस ? कशासाठी वाढवला हा कडू गर्भ ? कित्ती छळल्या असतील नजरा तिला व्यभिचारी म्हणून ? म्या जल्मल्यावर कुणी वाटले पेढे ? कुणाला ? कुणी कोड-कौतुक केलं माझं ? कुणी केली मायीला चोर-चोळी ? कुणी केलं माझं बारसं ? म्या कुण्या वंशाचा वारस ? कुण्या हक्काच्या बापाचा पोर ?

घराशेजारी लक्ष्मी नावाची वैदीण हुती. ती मायीची दोस्तीण. लक्ष्मी मला पाठीला बांधायाची. सुया, बिब्बे, दोरे घेऊन रस्त्याने वरडत फिरायाची. मला घरोघर दावायाची. जुने-पाने कपडे मागायाची. बाया वाढायाच्या. माझ्या टाळूला तेल देयाच्या. आपल्या लेकरावाची कापडं देयाच्या. मसामाय लक्ष्मीवर कावायाची. लक्ष्मी केविलवाणी व्हायाची. "लेकराला दावल्यावर लोक वाढत्येत. म्या का तुझं लेकरू मारतेवं ?" दोगींचं भांडण व्हायाचं. मसामाय बाहेर गेली, की लक्ष्मी हळूच पाळण्यातनं मला उचलायाची आन् भीक मागाय निगायाची.

म्या मॅट्रिकला असताना लक्ष्मी 'सुया-बिब्बे' म्हणत आमच्या गावी आली. आमच्या घरला आली. मसामायनं तिच्यासाठी च्या केला. लक्ष्मीनं मला जवळ घितलं. माझा मुक्का घितला. पाठीवरनं हात फिरवला. अक्कलकोटला येतूच का म्हनून इच्चारलं ? बापावर खटलं कर म्हनलं. लक्ष्मी म्हंजी फिरतं जनरल प्रोव्हिजन स्टोअर्स. बायांना सुया-बिब्बे-दोरे-पोत देयाची, अन् मोबदल्यात शिळ्या भाकरी, जुने कापडं घेयाची. लक्ष्मी निघून गेली. म्या हिरमुसलो. म्या वाढत व्हतो कर्णासारखा. महाभारतभर.

हणमंता आता तुसड्यावानी वागत हुता. रोज भांडणं व्हत हुते. हणमंता म्हणायाचा, 'हे लेकरू माझं न्हवं. याचे डोळे कुंभार धोंड्यावानी हैती.' कुंभार धोंड्या ब्रिटिशाच्या काळातला गुंड व्हता. आक्रीला मसामाय मला घिऊन संतामायचं घर गाठली. येक माय अन् दुसरी धरणीच कुठल्याबी गोष्टीला पोटात घेतात.

रूपवान जल्मणं हा दलित जातीत शापच हाय. चांगली बायकू दुसऱ्याची अन् वंगाळ आपली, ही म्हणच हाय. चांगल्या बाईवर गावचा डोळा असतूया. मसामायला तिच्या नवऱ्यानं सोडून दिलं. त्येला तिचं रूपच कारण व्हतं. हणमंतानंबी भोगून सोडून दिलं. माय मला भागाकारावानी घिऊन जगत हुती.

सडी जगनार तर कित्ती दिस ?

ज्येंच्याकडं धर्मानं दिलेली वर्णश्रेष्ठतेची सत्ता हाय अन् बापकमयची जायजाद हाय, त्येंनी इथल्या दलित अब्रूला भोगलं हाय. गावोगावच्या जमीनदार पाटलांनी शेतमजूर दलितांच्या बाया आपल्या पदरी बाळगल्या. रांडंवानी वापरल्या. गरिबाची वयात आलेली पोर यांच्या वासनेची शिकार व्हायाची. पाटलानी भोगलेल्या स्वैराचाराची अशी एक संतती हाय. पाटलाची मर्जी सांभाळून जगणारी अशी काही घरं हायती. सगळा गाव या घरला 'पाटलाच्या रांडेचं घर' म्हणतोय. या बाईच्या पोटच्या पोरांना 'पाटलाच्या रांडंची पोरं' म्हणतात. पाटलाच्या दयेवर, येण्या-जाण्यावर खुश होऊन जगणं ह्येच्याशिवाय ह्या घराला काय मिळतं ?

माझ्या पाठीवर नागी झाली. निरमी झाली. वनी, सुनी, पमी, तम्मा, इंदिरा, सिद्रामा अशी किती लेकरं ! सगळी माझ्या पाठीवरची. पाठीवर पाठ मारून आलेली. येका गर्भात, येका रक्तावर वाढलेली. माय येक; पर बाप दुसरे.

मसामायला इठ्ठल कांबळे ह्येच्यापास्नं तीन लेकरं झाली. *पलवड* भानुदास मेला. सूर्या, धर्मा ही त्याच्या पाठीवरची. नवऱ्यानं हिसकावून घिऊन मसामायला हाकललं. हणमंतापास्नं म्या. मसामायला काकापास्नं म्हंजी हन्नूरच्या यशवंतराव सिद्रामप्पा पोलीस पाटील ह्येंच्यापास्नं नागूबाई, निर्मला, वनमाला, सुनंदा, प्रमिला, श्रीकांत, इंदिरा व सिद्राम. काकानं या सगळ्याची जात कागदोपत्री 'हिंदू-लिंगायत' लावलीय्; पर कोनच लिंगायत शिवून घेत न्हाय, की जातीत घेत न्हाय. हा एक समांतर महारवाडा हाय.

तसा माझा बाप लिंगायत, त्येचा आजा-पणजा लिंगायत; म्हणून म्या लिंगायत. माझी माय महार. मायीचे माय-बाप, आजे-पणजे महार; म्हणून म्या महार.

पर जल्मल्यापास्नं आजवर मला माझ्या आज्यानं
म्हंजी महामुद दस्तगीर जमादार या मुसलमानानं वाढवलं हाय.
म्हनून म्या मुसलमान का ?
त्येची माया का सांगू शकत न्हाय त्येच्या धर्माचा हक्क माझ्यावर ?
म्या सवर्ण का ? तर माय अस्पृश्य.
म्या अस्पृश्य का ? तर बाप सवर्ण.
म्या जरासंधासारखा. अर्धा गावात, तर अर्धा गावाबाहीर फेकलेला.

म्या कोण ? माझी नाळ कुणाशी ?

□□□

ग्रामपंचायतीचं काम गेल्यावर दादानं हमाली सुरू केली. आमच्या गावाला दिसातनं आठ बस येत्याती. एक मुक्काम गाडी असत्याय. रुपया-दीड रुपयात आमचा दिस भागतुया. दादाच्या तोंडातले दात पडलेत. त्येला कमी दिसतंय. पहिलंवानी ताकद राहिली न्हैय. तरीबी मरणाचं वझं घिऊन मोटारीवर चढतूय; उतरतूय.

भारत स्वतंत्र झाला, तवाची गोष्ट हाय. हिंदू-मुसलमानांच्या दंगली उसळल्या. हैदराबाद संस्थान स्वतंत्र करण्यासाठी फौज आली. मोगलाईत पोलिसापास्नं ते लोकापातूर सगळ्यांनी मुसलमानांवर अत्याचार केला. मुसलमानाला कापलं. त्येंच्या बायका, पोरी पळवल्या. मोगलाई करून फौज आमच्या गावावरून जात व्हती, तवा आमच्या गावची पाटीलकी मलेश पाटलाकडं हुती; अन् दादा कोतवाल हुता. मलेश पाटलानं मिलिटरीला जेवण दिल्तं. दादा फौजेच्या दिमतीला व्हता. फौज सगळी जेवून निवान्त झाली. दादानं आपल्या डोईवरचा फेटा काल्ढा. त्येला शेंडी न्हौती. लगेच फौज खवळली. दादावर बंदूक रोखली. दादाचं धोतर फेडलं. त्येचं शिस्न तपासलं. दादाला गोळी घालनार व्हते; पर मलेश पाटलानं दादाला वाचवलं. मुसलमानानं काय पाप केलंय्, कुणास ठाऊक ? दादा आजबी मेला, तर आमी उघड्यावर पडू. संतामायला कसलंच काम व्हत न्हाय. म्या तर *निभोशी* झालावं. दादा जवा मिळवील, तवाच खायाय मिळतंय.

मुसलमानात दोन-चार बायका करण्याची पद्धत. दादा दस्तगीर जमादाराच्या पैल्या बायकूचा ल्येक. त्येला बुऱ्हाणपूरची बायकू करून दिलेली; पर लेकरू झालं न्हाय. ती पळून गेली. पुढं दादानं उभी जिनगानी संतामायबरूबर काल्ढी. जात, धर्म सोडून त्येनी मला प्रेम दिलं. मला लेकरासारखं वाढवलं. हिथं दादांचा धर्म आडवा आला न्हैय, की जात. माणूस धर्म अडवतो, का धर्म माणसाला ? धर्माचा परीघ मोठा, की माणसाचा ? माणूस धर्मासाठी, का धर्म माणसासाठी ? माणूस धर्म नासतो, का धर्म माणूस ? धर्म, जात, टाकून माणूस जगू शकत न्हाय का ?

दादा बुधवारी पिऊन तर्र राहायाचा. बुधवार बाजाराची पाच-सहा रुपये हमाली व्हायाची. मला, नागी, निरमी, वनीला दादा बुधवार बाजारात खायाय धा धा पैसं देयाचा. सांच्याला हिसाबावरनं दादा आन् संतामायचं भांडण लागायाचं. मग दोगंबी जेवायचे न्हैत. मटण तसंच राहायाचं. संतामाय सकाळी मटणाला ऊब दिऊन खायाची.

मला झोपीत मुतायाची सवय. झोपीत सपन पडायाचं. म्या सपनात मुतायाचो; पर वाकळ भिजून चिंब व्हायाच्या. सगळे कावायाचे. 'ह्येच्या बुल्लीला पोळवलं पायजे' म्हनायाचे. म्या घाबरायाचो. वाकळा उन्हात वाळवायाच्या. परत राती तेच अंथरायाचं; पांगरायाचं. वाकळाचा घिम्मटघान वास येयाचा; पर सवय झालेली. कायबी वाटायाचं न्हैय.

हातावरचं पोट. दादा येकटाच हमाली करनारा. रोज मिळवायाचं अन् रोज खायाचं. हमाली तर दिसाकाठी कित्ती व्हायाची ? शेर आठवा जवारी, धा पैशाचं गोडं तेल, चार आण्याची दाळ, बिडी-काडी-च्यापुरती व्हायाची. शनवार-आयतवार धोंड्यावानी जायाचा. त्या दिशी हमाली राहायाची न्हाय. सोमवारी अक्कलकोटचा बाजार. त्यामुळं पाच-सहा रुपये हमाली व्हायाची. बुधवारपातूर हातभार व्हायाचा. बुधवारी आमच्या गावचा बाजार. बाजारची चांगली हमाली मिळायाची. *बिस्तरवार*, शुक्रवार कसं तरी भागायाचं. राती झोपीत दादा बडबडायाचा. कुनाबुनाचं नाव घिऊन हमाली मागायाचा. मला पाटी बदल म्हनायाचा.

गठड्याला धा पैसं हमाली. धा धा पैशानं दिस मोजायाचा. या बसला वीस पैसं हमाली; तर पुढल्या बस किती पैसं व्हईल ? किलोभर जवारी घेण्यासाठी अजून किती पैसं कमी हैती ? हमाली झाली न्है, तर उधार मागाय कुनाकडं जावावं ? बसच्या वाटकडं डोळं लावून बसायाचं. दादा कुनाबुनाकडून बिडी मागून वढायाचा. संतामाय लोकांकडून तंबाकू मागून खायाची. दादाला कुनी च्या पाजला, की आपून अर्धा पियाचा अन् अर्धा कप मला आनून देयाचा. कोणी अर्धा कप च्या दिला, तर आपून न पिता संतामायला आनून दियाचा. धा पैशाचा च्या म्हंजी आमाला लैय मोलाचा वाटायाचा. या धा पैशाकर्ता दादाला मरणाचं वझं उचलावं लागतंय्. च्याची तलफ झाली, तरीबी च्या पिऊ वाटायाचा न्हैय. तेवढेच पैसे जवारी घेयाय कमी पडत्याल, वाटायाचं.

दादा मला मोटारीची पाटी बदल म्हनला, की अप्रूप वाटायाचं. ड्रायव्हरच्या केबिनमधी जायाय मिळायाचं. ड्रायव्हरच्या शीटबद्दल मला आदर वाटायाचा. उतरता-उतरता ड्रायव्हरच्या शीटवर बसायाचो. बसमधील शीटचं स्पंज चोरायाचो. पान्यात भिजवून स्पंज शाळंत नेयाचो. त्येच्यानं पाटी पुसायाचो.

मोटार येत असली अन् म्या सडकंवर असलो, की ड्रायव्हरला नमस्कार करायचा. ड्रायव्हरनं नमस्कार केलं, की छाती फुगायाची. ड्रायव्हरनं नमस्कार केलं न्हैय, तर वाईट वाटायाचं. म्या ड्रायव्हरला शिव्या घालायाचो — 'मोटारला किल्ली न्हाय; ड्रायव्हरला बुल्ली न्हाय.' मोटार धुराळा उडवत निघून गेलेली असायाची.

प्रत्येक येनारी मोटार आमचं पोट घेऊन येयाची; भाकर देऊन जायाची. आमी

स्टँडवर तिष्ठित बसायाचो. माळावर मोटार दिसली, की मला आनंद व्हायाचा. निदान चार-आठ आणे तरी हमाली व्हावी. दादानं मला च्या पाजावं. पर कवा कवा मोटारी रिकामी येयाच्या; रिकामी जायाच्या. गर्भपातानंतरचं पोट संभाळल्यावानी आमी आमच्या आशा संभाळीत बसायाचो. थंड चूल, रिकामी दुर्डी, हमाली नसलेली बस काळीज कातरायाची.

भूक लैय लागलेली. टोपल्यात तर येकच भाकर. ही येक भाकर मला, दादाला अन् संतामायला कशी पुरनार ? संतामाय मसनवट्यासारखा चेहरा करून बसलेली. घास-मुटका खाऊन माझ्याच पोटाची भरती करनारी. दादाला म्या पानी दिलो. मोटारीत पानी वतावं, तसं त्येनं घळघळा पानी पिलं. त्येचं नरडं वर-खाली झालं.

काल मोटारीवर जवारीचं पोतं चढविताना त्ये डोस्क्यावरनं पडलं. कंडक्टर बाजूला झाला; न्हैतर जागच्या जागीच मेला असता. कंडक्टरनं दादाला लैय शिव्या हासडल्या. हमाली करू नको, म्हनलं. म्या हादरलो. माझं पोट फाटत गेलं. अपघातात मोटार उलथावी, तसं पोट उलथलं.

'दादाची हमाली सुटली, तर आमचं कसं व्हईल ?'

दिस धोंड्यावानी जायाचे. मोटारीचं येणं-जाणं एवढ्याच घटना घडायाच्या. शहरातला कोणी बाबू आला, की अप्रूप वाटायाचं. म्या सारखा त्येला न्याहाळायाचो. दिसभर बाकड्यावर बसून राहायाचो. एस. टी. स्टँड हेच आमचं घर. बाकड्याखाली दोन-चार वाकळा कोंबून ठिवलेल्या. रातीला वाकळा बाहीर काढायाचो. स्टँडमधी झोपायाचो. चुकले-माकले प्रवासी सोबतीला असायाचे. येडी जॅनी रातभर चिंध्या चिवडत असायाची. वापरलेल्या तिकिटावानी आमी पडलेले असायाचो. सकाळी लवकर उठावं लागायाचं. ड्रायव्हर-कंडक्टर खवळायाचे. येकदा आमच्या वाकळा सडकंवर टाकल्या होत्या.

मसामाय मला सदा सवतीच्या लेकरावानी करायाची. त्यामुळं म्या संतामायच्या सवंचा झाल्तो. मसामाय मला मारली, की संतामाय मधी पडायाची. मग दोगींचं भांडण व्हायाचं. येकदा माझ्यावरनं संतामाय-मसामायचं भांडण झालं अन् संतामाय महारवाड्यातलं घर सोल्डी. आमी एस. टी. स्टँडवर रहाय आलो. तिथंच हमाली करायाची; तिथंच खायाचं.

पैल्यांदा आमी स्टँडच्या मागं उघड्यावर रानात राहिलो. तीन दगडाची चूल. जाळ वाऱ्यानं निम्मा बाहीर राहायाचा; तर निम्मा चुलीत. भाकर शेकता शेकायाची न्हाय. कुपाटी-चिपाटं गोळा करून आनायाचं काम माझं. शेताच्या कुपाटी काढाय गेलं, की शेतकरी माराय तान काढायाचे. हाता-पायात काटे मोडायाचे. स्टँडमागं मैदानात उघड्यावरच खायाचं; राहायाचं. पुढं पावसाळ्यात चार पत्र्याचा अडोसा केला.

दारूच्या बाटल्या धुवून आमी गोडं तेल व घासलेटसाठी वापरायाचो. एक मातीचा डेरा, एक मातीची घागर, तीन दगडांची चूल या आमच्या घरातल्या महत्त्वाच्या वस्तू. पावसाळ्यात सारं घर गळायाचं; तर उन्हाळ्यात उन्हाच्या धारा पत्र्याच्या भोकातनं घरभर पडायाच्या. घर इतकं बारकं व्हतं, की राती पाय सरळ केल्यावर चूल मोडायाची. रोज झोपताना संतामाय ताकीद देयाची — "पाय लांब करून झोपू नको" पर पाय लांबायाचाच. भाकरीची दुर्डी, येक जर्मलचा मुडा तांब्या, दोन जर्मलचे ताटं, दोन जर्मलचे भगुणे, मातीच्या गाडग्याची उतरंड व येक लाकडी पेटी एवढा आमचा संसार. दादानं फरशीचा दगूड आणल्ता. त्येच्या वरच भाकरी करायाचं; चटणी वाटायाचं.

लाकडाच्या पेटीत भाकरी-कोरड्यास ठिवायाचं. या पेटीत झुरळं, ढेकणं लैय असायाचे. कोरड्याशाच्या गाडग्यात झुरळ मरून पडलेलं असायाचं. झुरळ काढून टाकून कोरड्यास खायाचो. घरातली ढेकणं पेटीत लपून बसायाची. पेटी उन्हात ठिवून ढेकणं मारायाचो. पेटीला घालाय कुलूप नसायाचं. पेटीची कडी संतामाय चिंधीनं बांधायाची. कुणी सोडलेलं कळावं म्हणून खुणेनं गाठ मारायाची. मोजून गाठी मारलेल्या असायाच्या. पिठाचा डबा वर असायाचा. खूण करून पीठ ठिवलेलं असायाचं. दारालाबी कुलूप नसायाचं. माझी कापडं धुरानं कळवंडू नये म्हनून मेनकापडात गुंडाळून पेटीत ठिवलेली असायाची.

येकदा मोटारीत चुकून कुनाचा तरी जेवनाचा डबा आल्ता. म्या पाटी बदलाय जाऊन बगितलो. नागीला सांगितलो. नागीनं तो डबा चोरून आनला. बसस्टँडच्या मागं गेलो. खिळ्यानं कुलूप काढलं. डबा उघडला. तोंडाला पानी लागलं. सकाळी आमी कुनाचं तोंड बगितलं व्हतं, कुनास ठाऊक ?

दादा बसची हमाली तर करायाचा; पर कुठं बाहीरगावची हमाली मिळाली, की जायाचा. उपाशी पोटानं डोईवर वझं घिऊन कोस कोस चालत जायाचा. हमाली आनून संतामायला देयाचा. तवा संतामाय गावात जाऊन दाणं आनायाची. म्या दुकानला जाऊन दाळ, तेल आनायाचो.

सकाळी संतामाय बसस्टँड झाडायाची. बसस्टँडचा कँटिनवाला तिला च्या देयाचा. त्यातला अर्धा कप ती मला देयाची. दादा सकाळी बस झाडायाचा. पाणी घालायाचा. पडदे गुंडाळायाचा. पाटी बदलायाचा. रातीला घरखर्चातनं पैसे उरवून ठिवलेले असायाचे. ते सकाळी च्याला व्हायाचे. पैसे नसले, की हमाली होज्योस्तोर वाळल्या तोंडानं बसायाची पाळी येई. दादा च्यासाठी हॉटेलात पानी भरायाचा. हॉटेलवाल्याचे कामं ऐकायाचा. हॉटेलवाला उधार च्या देयाचा. हमाली झाली, की वसूल करून घेयाचा. न्हैतर हॉटेलात पाणी भरून फेडावं लागायाचं.

दुसऱ्या गाडीनं वर्तमानपत्रं येयाचे. कवा म्या वाटायाचा, कवा संतामाय; तर कवा कवा दादा. याच गाडीला माणिकशेटजींचं दुधाचं कॅन ठेवावं लागायाचं. अक्कलकोटला शिकाय असनाऱ्या पोरावाची जेवनाची डबे ठिवावी लागायाची. माणिकशेटजी अडी-नडीला हातभार व्हायाचे.

बस बुऱ्हाणपूरच्या माळावर धुराळा उडवू लागली, की म्या वाऱ्यावर उडायाचो. हमाली व्हईल म्हनून आनंद वाटायाचा. हमाली यावी म्हनून म्या देवाचा धावा करायाचा. बस जवळ जवळ यायची. टपावर हमाली नसल्याचं दिसलं, की उरात धडकी भरायाची. तरीबी म्या देवाचा धावा सोडायाचा न्हैय. च्यापुरती तर हमाली व्हावी वाटायाची. बस लागलेल्या बाईवानी म्या व्याकुळ व्हायाचो.

घरला पावना आल्ता. त्येला च्या पाजाय पैसा न्हौता. उधार च्या पाजावं म्हनलं, तर काशीनाथ न्हौता. घेनाप्पा म्हातारा उधार देयाचा न्हाय. मटं मुश्किल आल्ती. हात धरल्यावानी झाल्तं. म्या खुडूक कोंबडीवानी बसल्तो. दादा बसची वाट बगत हुता. संतामायचा चेहरा उत्खननात सापडलेल्या लेण्यावानी वाटत व्हता. पावना निर्वासितावानी वळचणीला बसल्ता.

बस आली.

ड्रायव्हर उडी मारून उतरला. दादानं मोटारीचं दार उघडलं. कंडक्टर उतरला. त्या वयात ड्रायव्हर-कंडक्टर मला लैय मोठे वाटायाचे. कोंचे ड्रायव्हर-कंडक्टर मायाळू असायाचे. संतामायला 'म्हातारे' म्हनायाचे. पान-तंबाकूला पैसे देयाचे.

त्या दिशी मोटारीवर गुळाच्या ढेपी आल्त्या. मला बरं वाटलं. पावन्याचा पायगुण चांगला व्हता. आता हमाली मिळनार व्हती. दादानं जगन्नाथ पाटलाच्या गुळाच्या ढेपी उतरल्या. त्येचं किराणा दुकान व्हतं. गुळाच्या ढेपी उतरल्यावर दादानं मला मोटारीवर गूळ हाय म्हनून सांगितलं. म्या मोटारीवर चल्ढो.

बसच्या टपावर जिथं गुळाच्या ढेपी ठिवल्या होत्या, तिथं उन्हानं गूळ पिघळून पत्र्याला चिटकल्ता. म्या चिपीनं वरबाडून गूळ गोळा केला. वटीत घितला. गूळ बक्कळ व्हता. चार दिसाचा तर सहज च्या झाला असता.

'आता गूळ मिळाला; पर च्या-पत्ती न्हौती. परत येक अडचण आडवी आली. लेकरू आडवं आल्यावानी.

स्टँडच्या मागं घेनाप्पा च्या सोधून च्या-पत्ती टाकायाचा. म्या च्या सोधून टाकलेली च्या-पत्ती गोळा करून आनली. काळा च्या केला. थाळ्या थाळ्या डिकाशन पिलो. पोटातली रकरक थंड पडली. *जीव बार पडला.*

मुक्कामाची गाडी आल्याबिगर दादा जेवायाचा न्हाय. शेवटच्या गाडीची वाट बगत बसायाचा. बसमधून आधी कंडक्टर उतरायाचा; मग येकेक उतारू. दादा 'हमाली

है का ?' म्हनून इच्चारायाचा. मोटारीत येखादं गठुडं असलं, की उतरून घेयाचा. लोक घेऊ देयाचे न्हैत. आमच्या आमी उतरताव म्हनायाचे. भांडण व्हायाचं. लोकबी गरीब असायाचे. ड्रायव्हर-कंडक्टर पिनारे असले, की दारू आणाय सांगायाचे; अंडी आनाय सांगायाचे. दादालाबी थोडं देयाचे. आशा लैय वाईट असत्याय. दादा खायाय-पियाय मिळील म्हनून मुक्काम गाडीची वाट बगायाचा.

म्या शाळंत चार पाच दिस गेल्यावर मास्तरनं माझं नाव हजेरीत लावायाचं ठरवलं. मला बापाचं नाव इच्चारलं; पर मला बापाचं नाव माहीत न्हौतं. मलाबी बाप असू शकतो, ही कल्पना मला अजब वाटली.

म्या शाळंत जाऊ लागलो. भोसले गुरुजी मला 'बासलेगावच्या पाटला' म्हनायाचे. पाटील म्हनल्यावर मला बरंबी वाटायचं; अन् वाईटबी.

शाळंत माझ्या नावापुढी हणमंता लिंबाळेचं नाव बाप म्हनून लावलं. हणमंताला ही गोष्ट कळली. लागलीच तो चार-पाच माणसं घिऊन हन्नूरला आला. गावातल्या दोस्त-बिरादारासंगं हेडमास्तरला भेटला. तवा भोसले गुरुजी हेडमास्तर हुते. तवा मास्तराचा पगार सतर रुपये हुता. तर हणमंता हातात शंभराची नोट घिऊन भोसले गुरुजीला लाच देत व्हता. बंदुकीचं भीव दावत हुता. पर भोसले गुरुजी बाणेदार माणूस. त्येनी ठाम शब्दात ठणकावलं — "या मुलाचा वडील कोण आहे, ते याची आई सांगेल आणि तेच नाव मी हजेरीवर लावणार." भांडणं झाली. हणमंतानं खूप खटपट केली, गयावया केला; पर त्येला हात हलवत जावं लागलं. भोसले गुरुजीमुळं मला बापाचं नाव मिळालं.

□□□

मसामाय सदाच सांगायाची, की काकाचा काळावाडा हाय. म्या गावात जवा जवा जायाचा, तवा तवा येशीच्या डोंबल्यात काकाचा काळावाडा हुडकायाचा. काळ्या दगडाचा वाडा कोंचा ! तिथं काका कुठाय् ? पर काकाचं घर कवा घावलंच न्हाय. माय म्हनायची, — "काकाला ल्योक हाय, बायकू हाय, मायबाप हैती.' ह्ये सगळं ऐकताना म्या भांबावून जायाचा.

काकाला दुसरं घर हाय. बायकू-लेकरं हैती. मग काका आमच्या घरला का येतुया ? मला तर वाटायाचं, की काका आन् माय नवरा-बायकू हैती. पर सगळंच कोडं वाटायाचं. काका आमच्या घरला चोरून येयाचा. बसायाचा. बोलायाचा. हसायाचा. घरातल्या माणसावानी वागायाचा. काका आमाला बापावानी आधार वाटायाचा.

म्या गावात जायाचा, तवा काकाचा वाडा हुडकायाचा. काकाची बायकू गोरी असावी ! काकाचं पोरगं कसं असावं ? त्येचं मायबाप कसं असत्याल ? हा काळा वाडा कसा आशील ? ह्येचा सदा इच्चार करायाचा. रस्त्यानं फिरताना मायीनं सांगितलेल्या खाणाखुणा हेरायचा. येकदा येका घरात काका मला दिसला. काकाचा वाडा गवसला. काकानं आता मला बगावं, घरात न्हेवावं, जेवाय घालावं. म्या काकाच्या घराजवळ मुद्दाम रेंगाळलो. काकानं मला बगितलं. मला वाटलं, काका आता मला बोलवील. पर काकानं घराचं दार लावून घितलं; अन् म्या हिरमुसल्या तोंडानं माघारी फिरलो.

काका घरला आल्यावर बापावानी वागतूय. पर आता असं परक्यावानी का वागला ? मला का बोलला न्हैय ? काका मला बापावानी वाटायचा न्हैय. काकाचा राग येयाचा. आपुनबी कवा तर काकाच्या मायीवर बलात्कार करावा. डोस्क्यात राग पेटायाचा. काका-मायीचा दाराच्या फटीतनं बगितलेला संभोग आठवायाचा अन् ध्येनात येयाची तारामाय. काकाची माय. बोळक्या तोंडाची म्हातारी. ती वरून पाणी वाढायाची. म्या वंजळीनं खाली बसून पानी पियाचा. तेवढंच समाधान मिळायाचं — काकाच्या घरचं पानी पिलो म्हनून.

□□□

वर्साला गावात कॉलऱ्याची साथ सुरू व्हायाची. आमी त्येला 'मऱ्याईचं वारं' म्हनायाचो. आईचा कोप झाला, की माणसं पटापट मारायाची. आई ज्येला बगून घेयाची, त्येची ताटी आवळायाची. कायरं करून आईला शांत करावं लागायाचं. मऱ्याईला हल्ल्या कापायाचं. पोतराज नाचायाचे. सांच्याला आईचा गाडा वढला जायाचा. गावाची पिडा दुसऱ्या शिवंत नेऊन सोडायाचे.

काका जेंठिग्याला दवंडी देयाय लावायाचा. जेंठिग्या दवंडी देत गावात फिरायाचा. चौकाचौकात हलगी वाजवणं बंद करायचा; दवंडी देयाचा. परत पुल्ढ्या चौकापास्तर हलगी वाजवत जायाचा. जेंठिग्याची हलगी ऐकू आली, की माय गावळ करू देयाची न्हैय. जेंठिग्या काय दवंडी देतुया, ते कान देऊन ऐकायची. लोक घराबाहीर येऊन बैसाकाला हुभारायाचे. जेंठिग्याचा खडा आवाज कानावर पडायाचा.

कवा आपलं गाव कर्नाटकात गेलंय म्हनून दवंडी देयाचा; तर कवा कुरनूर धरण व्हनार हाय म्हनून दवंडी देयाचा. आमचं गाव महाराष्ट्र-कर्नाटक सीमावादातलं. हा सीमावाद कवा सुटला न्हाय; पर आमच्या गावात महाराष्ट्र-कर्नाटकवादाच्या गप्पा चालायाच्या. कुरनूर धरणाचंबी असंच. धरण लैय वर्सापास्नं व्हनार व्हनार म्हनायाचे;

पर सगळ्या अफवाच असायाच्या. धरण व्हनार म्हणलं, की लोक पिसाळून बोलायचे.

मडं नेताना हलगी वाजवनारा जेंठिग्या. कुस्त्याच्या फडात पैलवानापुढं हलगी वाावणारा जेंठिग्या. जेंठिग्या कधीच घडघड बोलायाचा न्हैय. बोलायाची त्येची हलगी. जेंठिग्या घरापुढी जाळ करायाचा. हलगी शेकायाचा. आमी लेझीम खेळताना जेंठिग्या हलगी वाजवू लागला की हलगी माणूस बोलल्यावानी बोलायाची.

गावात कॉलरा सुरू झाला, की लस टोचाय डॉक्टर येयाचे. अगोदर शाळंतल्या पोरावाना इंजेक्शन करायाचे. म्या घाबरायाचो. रडायाचो. बोंबलायाचो. पळून जायाचो. आमच्या घरातबी तीच गत. संतामाय मला अन् सगळ्या भैनीवाला घिऊन रानात बसायाची. माय दार लावून बसायाची. दार काढायाची न्हाय. सुईचं भ्या वाटायाचं.

जीवाभावाला आलं, तर संतामाय चुलीतली राख न्हैय तर भितीची माती टोकरून आमच्या कपाळाला लावायाची आन् 'माय आंबाबाय, लेकराला बरं कर' म्हनायाची. अंगात ताप असला, तर भूत लागलंय, बहिरवसा झालंय् म्हनून जोतिष बघून येयाची. बामणाच्या रामची बायकू भूतबाधा झालीय म्हणून सांगायाची.

आमच्या घरालाच लागून मारत्याचं घर. मारत्याचा बाप लक्खूबाप जानता हाय. भानामती, केगामती त्येला कळतीया. राख मंतरून देतुया. ताईत बांधतुया. सदा तो गावोगाव फिरत असतुया. मारत्या पेटीतून बडा इंद्रजाल काढायाचा. म्या, इल्या, मारत्या मोहनीमंत्र शिकायाचो. शाळंतल्या पोरी भुलाव्या; म्हनून साधना करायाचो. इल्या कडू हुता. तो नाना करामती करायाचा.

याच वयात काका मला महाभारत, रामायण, हरिविजय, पांडवप्रताप, शिवलीलामृत, काशीखंड, मार्तंड पुराण, नवनाथ कथासार, तोता-मैना, वेताळ पंचविशी, सिंहासन बत्तिशीसारखी पुस्तकं वाचण्यास आनून देयाचा. भगवद्गीता रोज वाचायाचो. इंद्रजाल पाठ करायाचो. इल्यानं कोकशास्त्र आणलं व्हतं. हे सगळं पाचवी-सहावीच्या वयात चालायाचं.

तवा महारवाड्यावर दगडं पडायाचे. येक दगूड नागीच्या कंबरड्यात लागला. घरात बसायाची भीती वाटायाची. कुणीतरी भानामती करून दगडं मारू लागताय म्हनायाचे. संतामाय शिव्या घालायाची. शिव्या देणं भानामती करणाऱ्याला चांगलं असतंय्, म्हणायाचे. दगडं मारनारा सापडायाचा न्हैय. अशा वेळी लक्खूबापाची याद येयाची. लक्खूबाप असता, तर दगडं पडायाचं बंद केला असता !

लक्खूबाप म्हंजी इचित्र मानूस. जेवाय बसला, की ताटावर कुनाला घेयाचा न्हाय. मटण असलं, की अगोदर ताट भरून भाकर चुरायाचा. आपल्या ताटावर कुणी बसू नये म्हनून ताटात सगळीकडं थुकायचा. ताटात थुकलंय् म्हनून त्येच्या ताटावर

कोनी जायाचे न्हैत. मग लक्खूबाप निवांत जेवायाचा.

आमच्या मारत्याच्या घरापुढी कोंडामायचं घर व्हतं. कोंडामाय जवानकट्टा देखणी बाई. तिचा दाल्ला केरूबाप म्हंजी काळाढुस्स गडी. दोगाचं जमायाचं न्हाय. दोगाचा जोडा इधर-बिधर व्हता. केरूबापच्या आतड्या उलट्या व्हत्या. ज्येच्या आतड्या उलट्या असत्येत, त्येचा तोंडाचा गूघान वास येतुया. निम्मी रात झाली, की कोंडामायची बोंब ऐकू येयाची. तिचं रडणं कासावीस करायाचं. महारवाड्याची झोप मोडायाची. केरूबाप कोंडामायचा छळ करायाचा.

दिसा कोंडामाय मसामायकडं येयाची. रडायाची. मसामाय तिची समजूत काढायाची. तिच्या गोऱ्या पाठीवर वळा उठलेल्या असायाच्या. मसामाय वळावरनं हात फिरवायाची. कोंडामाय मुळूमुळू रडायाची. तिचे कलमी आंब्यावानी थानं लोंबलेले असायाचे. मसामाय मला बगलेतले केसं उपटाय लावायाची. मला कोंडामायच्या बगलेतले केस उपटावं वाटायाचं.

कोंडामाय श्रीमंतासंगं जात व्हती. पुढं दोगाचं काय बिनसलं, कुनास ठाऊक ? तिनं श्रीमंताला सोडलं अन् खाल्ल्या आळीच्या केशवसंगं जाऊ लागली. श्रीमंता खवळल्ता. तो रोजीना आपल्या घरातनं गोफणीनं कोंडामायच्या घरावर दगडं मारायाचा. दगडं आमच्या, मारत्याच्या, कोंडामायच्या घरावर पडायाचे. कालवा व्हायाचा.

आमच्या घरला अंबूमाय येयाची. तिचं अन् कचरूआज्याचं लफडं हुतं. दोगाचेबी केस पिकलेले. दोन म्हाताऱ्यांचा चाळा जात पंचात आला. म्हातारपणात अंबूमायला पोट राहिल्तं म्हणं. पंचानं अंबूमायला कचरूआज्याच्या घरात शिरवलं. कचरूआज्या रोजीना घरामागं मुताय जायाचा अन् अंबूमायसंगं निजून येयाचा. कचरूआज्याची बायकू मेल्ती. लोकांनी कचरूला छी-थू केली. त्येला दंड बसवला. महारवाड्याला गोड जेवण देयाय सांगितलं; पर कचरूआज्या ऐकला न्हाय. महारवाड्यानं त्येला वाळीत टाकलं. त्येचं पानीलवनी बंद केलं. पंगत बंद केली. बोली बंद केली.

पुढी अंबूमायचं भांडं उघडं पडलं. अंबूमाय गर्वार न्हौती. खोटाच आळ घितला. कचरूआज्यानं तिला घराबाहेर हाकललं. आन् त्याच राती आपल्या ल्येकीच्या वयाच्या बाईशी मोथूर लावून सकाळ उजडाय महारवाड्यात बायकू आनली.

□□□

त्या दिवशी सकाळी सकाळी मी अन् मारत्यानं चुंगी गाठली. ऊन व्हायाच्या आत आमाला गाव गाठायचं हुतं. आमी दोगानी माल भरला. आमाला पियाय शँम्पल

मिळालं. म्या अन् मारत्या दारू पिलो. चिवडा घिऊन खाल्ला. मारत्या अन् म्या चुंगीबाहीर पल्डो.

दारू कुनाला सोसत्याय; कुनाला न्हाय. म्या दारू पिलं, की बडबडताव. माझं तोंड सुटतंय. वकतावं. भांडण काढतावं. नशा लैय व्हत्याय. आपल्याला जमत न्हाय. पर पियाचं काय सोडत न्हाव. म्या, मारत्या चुंगीच्या माळात आलो. आमी दोन उजाड माळासारखे. म्या मारत्यामागनं भेलकांडत चालत व्हतो. मला नशा चढत व्हती.

"मार्ती, तू माझा भौ हैच. माझ्या मनातलं सगळं तुझ्यापुढं बोलुलावं. मला नशा झाली न्हाय. तू नशेत बोलू लागलंय म्हनचील. म्या उद्याबी हेच बोलीन."

मारत्या मला पुढं नेयाचा. त्येला नशा चढायाची न्हैय. पिला की सारखा फिदीफिदी हसायचा. मला दिसायाचं; पर तोल सावरायाचा न्हैय. गाव जवळ आला, की नशेतबी बरं वाटायाचं. बंगल्याजवळ आलं, की मारत्या नदीनं महारवाड्याकडं सरकायाचा. मुल्ला गुरुजी दिसले, की म्या मागला पाय मागं घेयाचा.

नशेत म्या दगडं फोडनाऱ्या वडाराच्या भाकरी चोरल्या. वडार लोक बंगल्याजवळ दगडं फोडत व्हते. म्या भाकरी घिऊन आमच्या उताराला आलो. भाकरी सोल्ड्या. मिलोच्या भाकरीचा जुडगा व्हता; अन् भाकरीवर तळलेले पाच-सहा उंदरं व्हते.

येकदा म्या निलीच्या भाकरी चोरलेलं आठवतंय्. दुस्काळ पडलेला. बरबड्याच्या भाकरी खाऊन लोक जगायाचे. तरवटाची भाजी खायाचे. आमच्या घरात तर काम करनारं कुनीच न्हाय. सगळा गाव दुष्काळी कामावर खपायाचा. आमचं वय कमी पडायाचं; म्हनून कामावर घेयाचे न्हैत. उपासमार व्हायाची. हौसामाय निलीला आर्धी भाकर ठिवून कामाला जायाची. निली भूक लागील, तवा घर उघडून भाकर खायाची. आमी तिच्या तोंडाकडं बगत बसायाचो. पर त्या दिशी निली बाहीर खेळाय गेल्ती. म्या तोंड चुकवून निलीच्या घराजवळ आलो. घरात शिरलो. पेटी उघडली. पेटीत भाकर व्हती.

सगळी भाकर घिऊन पळून जावं वाटायाचं. पर निलीला काय ? आपून थोडी खावी; निलीला थोडी ठिवावी. पर भूक दांडगी. म्या येक घास मोडून खायाचो. परत भाकर पेटीत ठिवायाचो. खाता खाता सगळी भाकर खाल्ली. त्या दिशी निली भुकेनं तरमळली. रडली. तिचं रडलेली डोळं आजबी मला आठवत्याती.

भाकर माणसाएवढी. भाकर आभाळाएवढी. भाकर सूर्याएवढी प्रखर. भूक माणसापेक्षाही मोठी. भूक सात पाताळपेक्षाही दांडगी. माणूस भाकरीएवढा; भुकेएवढा. पोट माणसापेक्षाही दांडगं. एक पोट म्हंजी पृथ्वी. पोट असतं ईतभर; पर सारं जग गिळून ढेकर दील. पोट नसतं, तर कशा झाल्या असत्या लढाया, चोऱ्या, मारामाऱ्या ? पोट नसतं, तर कसे झाले असते पाप-पुण्य, स्वर्ग-नरक आणि ईश्वराची

निर्मिती ? पोट नसतं, तर झालाच कसा असता देश, सीमा, नागरिक आणि संसद, घटना वगैरे ? पोटातून तर जन्मले जग. जगाचे संबंध. आई-बाप, बहीण-भाऊ वगैरे वगैरे.

□□□

राती बसस्टँडमधी झोपल्यावर पाऊस पडू लागला, की भयाण वाटायाचं. ह्ये खेड्यातलं बस स्टँड. भल्या मोठ्या चौकटीच्या खिडक्या. पुढला भाग सगळा उघडा. वर सिमेंटची पत्रं. वसाड्यानं अंगावर काटा येयाचा. वाऱ्याच्या झोंबऱ्यानं हुडहुडी भरायाची. पावसाची रपरप रातभर चालायाची. मधीच कडाडनाऱ्या ईजंनं भिजनारा गाव दिसायाचा. कुठलं तर भिताड ढासळताना रात भेदरून जायाची. काळ्याकुट्ट अंधारात कोसळणारा पाऊस किती दांडगा हाय, येचा अंदाज बस स्टँडच्या पत्र्यावर पडणाऱ्या थेंबानं कळून येयाचा. वढ्याला पानी चढायाचं. पुराच्या पाण्यानं पहाट भरून येयाची. सकाळी गाव न्हाल्यावानी वाटायचा.

पावसात म्या बाकड्याखाली निजायाचो. संतामाय येका कोपऱ्यात वाकळ पांगरून हुडहुडत बसायची. तिला थरकी भरायाची. तिच्या पोटात गोळा फिरायाचा. मसामायवर संतामायला पोट राहिलं; पर ते सपलं. पुढं तिला लेकरूच झालं न्हाय. दादा दुसऱ्या कोपऱ्यात वाकळ पांघरून बिडी वडत बसायाचा. संतामाय पावसाला शिव्या देयाची; दादा संतामायला शिव्या देयाचा.

संतामाय मंगळवार अन् शुक्रवार करायाची. मंगळवार आंबाबायचा अन् शुक्रवार लक्ष्मीचा. दादा लगीनशाचा बिस्तरवार करायचा. दर बिस्तरवारी दादा अंगूळ करायाचा. मलाबी लगीनशाला घिऊन जायाचा. संतामाय मंगळवार अन् शुक्रवार येक वकत जेवण करायाची. पमी रडू लागली, की आपलं स्वटं थान तिच्या तोंडात देयाची. पमी दूध नसलेलं थान चुकत राहायाची. तिचं रडणं थांबायाचं.

संतामाय कपाळावर मोठं कुंकू लावायाची. गळ्यात कवड्याची माळ घालायाची. घरातल्या देवळीत अंबाबायची परडी असायाची. देवळीजवळच्या खुटीला पोत अडकावलेली असायाची. संतामाय परडीपुढं ऊद घालायाची. पोत पेटवायाची. परडीपुढं हात जोडायाची आन् 'सदानंदी उदं उदं ऽऽ आय राजा उदं उदं ऽऽ' म्हनायाची. परडी घिऊन घराबाहीर पडायाची. आमच्या घरापुढीच पैल्यानं जोगवा मागायाची. म्या जोगवा वाढायाचो. मग हौसामायच्या घरापुढी जायाची. सुरात वरडायाची — 'अंबाबाय लक्ष्मीचा जोगवा ऽऽ.' कुनी पीठ वाढायाचं; कुनी भाकरीचे तुकडे. पिठा-मिठानं परडी भरलेली असायाची. तेलाच्या मिळ्ळीत पाच-धा पैसं

कुनीतरी टाकलेले असायाचे. संतामाय घरात आल्यावर म्या पाया पडायाचो. संतामाय अंबाबायचा अंगारा लावायाची. परडी मसामायच्या *सध्याण* करायाची. संतामाय थकून-भागून आलेली. म्या तांब्या भरून पानी देयाचो. संतामाय घटाघटा पानी पियाची.

संतामाय चाळणीनं चाळून पीठ-मीठ येगळं येगळं करायाची. मसामाय थानचं लेकरू मांडीवर घिऊन भाकरीची तुकडं पुढं घियाची. आमी सगळे मागून आनलेले तुकडे खायाचो. गरम भाकरीचा तुकडा मिळाला, की म्या मायीला देयाचो. तेवढंच मायीच्या थानाला दूध येईल वाटायाचं. चपातीचा तुकडा मिळाला, की तीळ तीळ वाटून खायाचो.

दसऱ्याला लोक परड्या भरायाचे. नवस फेडायचे. अंबाबायला कोंबडं कापायाचे. संतामाय नवरात्रीत नऊ दिस उपास धरायची. दसऱ्यादिशी दिसभर गावात फिरायाची. मांगाच्या परडीला मान असायाचा. पुतळामाय न्हैय तर जेंठिग्या परडी घिऊन फिरत असायाचे. आमची निरमीबी परडी घिऊन जायाची. जोगव्यात आलेलं अन्न दोन-दोन दिवस वाळवून आठवडा-आठवडा खायाचो.

पाच परड्या गावात फिरायाच्या. सगळ्यानी येकेक गल्ली वाटून घितलेली. शेवटाला पाची परड्या येका जागी जमायाच्या. जमलेला जोगवा येका जागी करायाचा. मग सगळेजण सामान वाटून घेयाचे. पर निरमी जोगवा वाढला अन् जोगव्यात काय चांगलं-चुंगलं दिसलं, की लगेच तोंडात टाकायची. इतर बाया जोगवा न खाता परड्या आनायाच्या. निरमीचा जोगवा कमी व्हायाचा. येकदा येका बाईनं निरमीला जोगवा खाताना बगितलं. मग चौगीनं निरमीला रागंरागं केलं. आमच्यासंगं मागाय येऊ नको म्हनलं.

□□□

हऱ्या लैय काळा हुता. तो गावातल्या शोभीवर मरायाचा. शोभी वाण्याची; गोरीपान. आमी महाराचे म्हनून सगळ्या गावाला माहीत. संतामाय रस्तं झाडायाची, जोगवा मागायाची, बायांची पोटं चोळायाची, बाळातपणं करायची; तर दादा गावात दिवे लावनारा, हमाली करनारा, पेपरं वाटनारा, शाळंच्या पोरावाची डबे ठिवनारा, दारू पिऊन कुठंबी पडनारा म्हनून सगळ्याला माहीत. इल्या हऱ्याला चिडवायाचा — 'हरीचा रंग पाहूनी राधा झाली दंग.' हऱ्या कावयाचा, चिडायाचा.

येकदा गावात कुनाचं की वासरू मेल्तं. हऱ्या पड उचलाय गेल्ता. हऱ्याच्या घरला पाडेवारकी व्हती. हऱ्या खांद्यावर म्हशीचं वासरू घेऊन निगाल्ता. आडवी शोभी

येत व्हती. हऱ्या पावला-पावलावर बळीवानी खचत हुता. शोभीनं नाक धरलं. हेसकी आल्यावानी केलं. हऱ्या हिरमुसला. लाजला. चिडला. डोईवरचं पड तसंच रस्त्यात टाकावं अन् ताठ मानेनं निगून जावं ! ह्ये कसलं जगणं ? मेलेली जनावरं वढायाची, सोलायाची, खायाची. पहिल्यांदाच हऱ्याला स्वत:ची जाणीव झाली. हऱ्याला आपल्या हीन कामाचा तिरस्कार वाटला.

मला दुमडीकर्ता कातडं पायजे हुतं. हऱ्या पड सोलताना सारखं कावत हुता. त्येच्या डोळ्यांत पाणी तरळत व्हतं. हऱ्या बोलत न्हौता. पडाच्या डोळ्यावानी हऱ्याची डोळं दिसत व्हती. हऱ्या कातडं घिऊन निगून गेला. आमी जनावराचं धड सावडत व्हतो. कुत्र्यांची गर्दी झाल्ती. कोंडामायला काळीज काढून दिलं. तंवर जनामाय हातात भगुलं घिऊन आली. "शरणू, जरा जीभ काढून दे की ! तुझ्या आज्याच्या जीवास बरं न्हाय. *पडलेल्या तोंडाला* खाऊ वाटलंय्."

म्या तक्क्यावर गेलो. तक्क्यापुढी हऱ्यानं कातडं वाळू घातल्तं; वाकळ वाळू घातल्यावानी. घारी, गिधाडं कातड्याला टोचा मारू नये म्हनून कातड्यावर जराजरा माती पसरल्ती. कुत्रे कातडं पळवू नये म्हनून हऱ्या चिचंच्या झाडाखाली राकत बसल्ता.

शोभी तिच्या शेताकडं जात व्हती. तिची वाट आमच्या तक्क्यापुढून जायाची. म्या हऱ्याला शोभी येऊ लागल्याच म्हनून सांगितले. तसा हऱ्या तक्क्याहून उठला अन् निगून गेला. तवा मला हऱ्या सोललेल्या कातड्यावानी वाटला. हऱ्या हसला न्हाय; गाणं म्हटला न्हाय. पुढं किती दिस तर शोभी तक्क्यापुढनं चालली, की खाली मान घालून बसायाचा.

शोभीच्या मांडवात हऱ्या झाडू मारताना म्या बगितलो. शोभीच्या वरातीत डोस्क्यावर गॅसबत्ती घिऊन चालताना हऱ्याला म्या बगितलो. शोभी नवऱ्यासंगं नांदाय जाताना हाळजाय कुत्रीनं जागा हुडकत फिरावं, तसं बसस्टँडभवती हऱ्या तरमळत फिरताना म्या बगितलो.

कुणी तरी मोहाळ मारावं, त्येचं मध छिनावं, पोळी उद्ध्वस्त करावी अन् मोहाळाच्या माश्या भणाणत दुसऱ्या झुडपाच्या शोधात निघाव्यात, तसा हऱ्या घराकडं निगून गेला.

या बसस्टँडवरनं नांदाय जाणाऱ्या कोवळ्या पोरी बगितल्या. या बसस्टँडवरनं लुसलुशीत पोटं घिऊन बाळांतपणासाठी येणाऱ्या पोरी बगितल्या. याच बसस्टँडवरनं शेवंता नवऱ्यासंगं नांदाय गेली. तवा सगळा महारवाडा बसस्टँडवर आल्ता. शेवंता सगळ्याच्या गळ्याला पडून रडत व्हती. आमा दोगालाबी गळ्याला पडून मनभर रडायाचं व्हतं. शेवंताचा नवरा मरावा, म्या तिला करून घ्यावं, वाटायाचं. शेवंता

वडिलधाऱ्यांच्या पाया पडत व्हती. म्या रोजीना बसची वाट बगायाचा. पर आज बस येऊ नये, शेवंता जाऊ नये, वाटत हुतं.

बस आली. शेवंता गेली. सावल्या सूर्याविरुद्ध झुकल्या व्हत्या. शेवंता म्हनायाची, "तुझ्या नावानं डोईवरचा पदूर खाली पडलाय्. आता तुझं घर शिरून तर नाव करीन; न्हैय तर हीर पडून तर.'

शेवंता बसवानी गेली. म्या बस स्टँडगत तसाच उभा — आयुष्याच्या रस्त्यावर. आयुष्य हमालीवानी वाटायाचं. प्रत्येक दिस रिकाम्या बसगत वाटायाचा. कुणासाठी तर जगणं, हेच आयुष्याला जिवंत करतं.

□□□

त्या दिशी काकाच्या घरला जायाचं व्हतं. काकाचा बाप आजारी व्हता.

मसामाय सकाळी उठून डोईवर पानी घितली. नागीची येणी-फणी केली. मलाबी नटवलं. काकाच्या घरला जानार म्हणून आम्हाला आनंद झाल्ता. काकाचे मायबाप, बायकू, लेकरू बगाय मिळनार, काकाच्या घरी आपून पावणे म्हनून जानार, म्हनून भलताच आनंद व्हत हुता. माय नांदाय निगाल्यावानी निगाल्ती.

ढेल्जंमधी काकाचा बाप सिद्राम म्हातारा निजल्ता. त्येला कुठला रोग झाल्ता, कुनास ठाऊक ! मसामायनं सिद्रामाज्याच्या पाया पल्डी — सुनंवानी वाकून. म्हातारा खोकत काय तरी बोलला. म्या, माय, नागी ढेल्जंच्या दुसरीकडं बसलो. घरात तारामाय बिडी वढत बसल्ती. कल्लूण्णा जेवत व्हता. थोरली माय काशीबाई पाटलीण टवकारून बगत व्हती. काका घरात दबा धरून बसला व्हता.

काकाचा वाडा कुठं अन् आमचं झोपडं कुठं ? ह्यो वाडा सोडून काका आमच्या झोपड्यात का येत आशील ? नागीला, मायीला चांगले लेवाय-नेसाय दिलं तर ? माय पाटलीवानी दिशील की !

आमी कधी चांगलं लेवू, नेसू का ? कधी पोटभर गोड घास जेवू का ? या काळ्या वाड्याशी आमचा कुठला अनैतिक संबंध ? या वाड्याच्या रिवाजाशी आमचं काय देणं-घेणं ? या पाटीलकीचे आमी कितवे संतान ? पाटलाच्या पोटी जल्मूनबी आमाला या वाड्यात राहता येत न्हाय. या घरंदाज भिंती का स्वीकारत न्हैत मला ? हे घर मुकं का ?

काकाच्या बायकूनं च्या केला. तिच्या कपाळावर आंठ्या पडल्त्या. नुस्तं घुर्रघुर्र बगत व्हती. लोखंडाच्या टोपल्यात तिनं कपभर च्या वतला. मला टोपलं उचलत न्हौतं. हात थर्रथर्र कापत हुता. टोपल्याचं काठ तोंडात मावत न्हौतं. तसाच म्या च्या

पिलो. मायीला पितळंच्या शेरातनं च्या दिल्ता. नागी च्यासाठी रडत व्हती; पर तिला ‘च्या’ कसा पियाय यील ?

मसामायला काकाच्या घरचा च्या मिळाला. काकाच्या घरला जायाय मिळालं. काकाच्या बापाच्या पाया पल्डी. काकाच्या बायकूनं च्या करून दिली. मसामायला याचं कित्ती अप्रूप वाटायाचं. सगळ्याला ती सांगायाची, तवा मला तिनंच सांगितलेल्या गोष्टीची याद येयाची.

एक व्हती महारीण. तिला जायाचं व्हतं बाजाराला. तिनं नट्टाफट्टा केला, वेणीफणी केली; पर खोबऱ्याचं तेल नसल्यानं डोस्क्याला बळ्ळ लावली. महारीण निगाली बाजाराला वाकडा भांग पाडून. बळ्ळामुळं डोस्क्याला माश्या घोंगावत हुत्या. महारीण बाजारहाट करत व्हती. तिच्या डोईवर माश्या उडत व्हत्या. सगळे लोक तिच्या डोस्क्याकडं बगत व्हते. गावच्या पाटलानंबी जाता-जाता तिच्या डोस्क्याकडं बगितलं. महारणीला वाटलं, ‘पाटील आपल्याकडं बगतुया. आपल्यावर फिदा हाय.’ महारीण मनातनं खूष झाली.

महारीण राती घरला गेली न्हाय. तिनं पाटलाचं घर गाठलं. पाटलिणीनं उरलं-सुरलं मुसरं वाढलं. राती पाटलाच्या वाड्यापुढीच झोपली. तिला वाटत व्हतं, राती पाटील यील. आपल्याला उठवील. महारीण झोपी गेली. पाटलाच्या कुत्र्याला तिच्या डोईचा वास आला. कुत्रं हुंगत महारणीजवळ आलं. तिचा बुचडा धरून वढू लागलं. महारणीला वाटलं, पाटीलच आलेत. ती झोपीत बडबडू लाली — ‘सोडा पाटील, म्या त्यासाठी तर आलेव.’

नागीला अन् मला मसामाय काकाला बोलवाय पाठवायाची. आमाला भ्या वाटायाचं. काका पोलिस पाटील. चार-चौगात बसलेला. आता कसं बोलवावं ? माय म्हनायची, काकाची हळूच चप्पल चोरून आणा. आमी ‘व्हय’ म्हनून चारचारदा जायाचो; पर धाडस व्हायाचं न्हाय. काका आला न्हाय, की माय जेवायाची न्हाय. काकाची वाट बगत बसायाची. काका चार-चार दिस येयाचा न्हैय. मायीचा जीव जाजावून जायाचा. ती घोर करत बसायाची. काकाचं मन तर उच्चट खाल्लं नसावं की ?

काका महारवाड्यात येयाय दबकायाचा. महारं काय तर म्हनतील; म्हनून त्येला धास्ती वाटायाची. आमच्या घरला येताना दोगा गड्याला घिऊन येयाचा. एकटा आला; की बंदूक घिऊन येयाचा. काका आला, की माय रुसायाची; फुगायाची. काका तिची समजूत काढायाचा. काम व्हतं म्हनून आलो न्हाय, म्हनायाचा. नाना निमित्त सांगायाचा. मग दोगंबी हसायाचे.

काका आमच्या घरात रमायाचा न्हैय. काकाची मायीला भीती वाटायाची. एका

पाठुपाठ सहा पोरीच झाल्या. पोरगं न्हाय. मायीला पोरगं पायजे व्हतं. अन् आक्रीला पोरगं झालं. माय भांडाय सुरू केली. काका टाळाटाळ करू लागला. माय म्हनायची — "तू मेल्यावर माझ्या लेकरावाचं काय ? मला काय तरी नावावर करून दे. तुझ्यासंगं सहा-सात लेकरं हाळजले."

भांडण काढलं, की काका घरी येयाचा न्हाय. जनीच्या घरी जाऊन राहायाचा. जनी ही काकाची पहिली रांड; गोंधळ्याची. काकानं तिची जात शुद्ध करून घितल्ती. जनीच्या गळ्यात लिंग घातलं व्हतं. तिला गुरू करून दिल्ता. ती सोवळ्यात राहायाची. 'शिवाय नम:' म्हनायाची. काका येईना झाला, की मायीचा राग चढायाचा. ती चिडायाची.

एकदा मसामाय जनीचं घर शिरून जनीला मारली व्हती. तर येकदा मुंबैला मिळवाय निगाल्ती. कमळ्ळाक्कानं रस्त्यातनं अडवून आणल्तं. न्हाय तर आमी मायीची भडवेगिरी करत फिरलो असतो. आक्रीला काकानं मायीच्या नावावर दोन एकर शेत करून दिलं.

□□□

संतामाय कुनाबुनाचे बाळंतपण करायाची. बाईचं पोट दुखू लागलं, की संतामायला बोलावणं येयाचं. संतामाय जायाची. पसाआठवा मिळायाचं. राती येक-दोनला गावातले लोक येऊन हाका मारायाचे. संतामाय झोपीतनं उठायाची. रातभर बाळंतपणासाठी जायाची. सकाळी मला पोरकं वाटायाचं.

संतामाय गर्वार बायांची गोडतेलानं पोटं चोळायाची. आडवं लेकरू आलं, तर त्येला झेलून झेलून सरळ करायाची. आत हात घालून लेकराचं मुंडकं धरायाची. लेकरू बाहीर वढून काढायाची. म्या बगाय गेलो, की गडीमानूस म्हनून बगू देयाचे न्हैत. बाळंतपण झालं, की वटीला दाणे घालायाचे. चोळी-कांकणाला पैसं देयाचे.

संतामाय घरला आल्यावर म्या तिला टोपलं देयाचो. ती वटीतले दाणे त्यात वतायाची. कुनाला शिवून घियाची न्हैय. हातातलं काकणं फोडलेले असायाचे. मसामाय पाणी ठिवायाची. संतामाय डोईवरनं पाणी घियाची. घरात दोन जर्मलचे कडे व्हते. सदा हातात कडेच घालायाची. काकणं नेसलं, तर कुणाचं तर बाळंतपण निगायाचं. मग काकणं फोडावे लागायाची.

□□□

संतामायचा नवरा मेला, तवा म्या जेवत व्हतो. कुनी तरी सांगावा केल्ता. संतामाय मोठ्यानं रडू लागली. संतामायला तिचा नवरा पोरगं व्हत न्हैय म्हनून सोडून दिल्ता. संतामायच्या नवऱ्यानं दुसरं लगीन केलं. पोरं हाळजली. संतामायचं घर उन्हात बांधलं. नवरा मेल्याचं कळाल्यावर संतामाय तोंड वासली. तंवर मसामायबी आली अन् सुरात सूर मिसळली. नागी-निरमीबी रडू लागल्या.

दादा हमाली करत व्हता. तो पळतच आला. जमलेली हमाली संतामायला दिला. त्याच मोटारीत संतामाय नवऱ्याच्या मातीला निघून गेली.

सांच्यापारी दादानं तांदूळ आणलं. आमी दोगानं शिजवलं. खाल्लो. त्या दिशी दादा दारू पिला न्हैय. मला पोटात घिऊन निजला. मला दादा जन्मदिल्या बापावानी वाटला. त्येची जात कोंची, माझी जात कोंची ? दादा माझ्या मायीकडला ना बापाकडला. पर आमी रक्ता-मासाचे वाटत व्हतो. दादाच्या प्रेमाला कुठल्याच धर्माचा वास येत न्हौता.

संतामाय नवऱ्याच्या दिसाचं करून आली. संतामाय मोटारीतनं उतरल्या-उतरल्या दादानं च्या आनून दिला. संतामायीनं आपल्या संगं बसूमामाला आणल्तं. बसूमामा संतामायच्या सवतीचा ल्योक. पाऱ्याला मास्तर हाय. दोन दिसं कडू काढण्यासाठी बसूमामाला संगं घिऊन आल्ती.

बसूमामा आल्यावर संतामायनं दादाला घरी येऊ नको म्हनलं. अन् दादाबी स्टँडमधीच राहायाचा. बसूमामा बाहीर गेला, की हळूच येयाचा. जेवून जायाचा. येकदा दादा जेवत व्हता अन् बसूमामा आला. दादाची चोरावानी गत झाली. संतामाय पांढरी पल्डी. बसूमामानं इचारलं,' 'हा मानूस कोन हाय ?'' संतामायनं सांगून टाकलं, 'आमच्या वळखीचा हाय. ह्येला कोनबी न्हाय. आमच्याजवळच राहतूय; हमाली करतूय. परदेशी हाय.'' दादा अर्धवट जेवला आन् निगून गेला.

□□□

आमच्या गावी सातवीपातुरच शाळा व्हती. आठवीला चुंगीला जाऊ लागलो. हायस्कुलात नादारी अर्ज भरावा लागायाचा. त्येच्यावर पालकाची व सरपंचाची सही लागायाची. आजवर पालकाचा आंगठा म्याच उठवत आलोय्. पर सरपंचाच्या सहीची अडचण येयाची. म्या पालक म्हनून मसामायचं नाव घातलं व्हतं; पर मसामायनं हणमंताशी लग्न केलं न्हौतं.

हणमंतानं मसामायीचं नांदणं तोल्डं. मसामायला नवऱ्यानं फारिकत दिली; अन् हणमंतानं मसामायला आपली 'रांड' म्हनून ठिवलं. गावचे पाटील, जमीनदार

दलिताची बाई 'रांड' म्हनून ठिवतात. असं प्रत्येक गावकुसात येक घर असतं. या रांडंपोटी जल्मलेल्या पोरांना हक्काचा बाप नसतो. पाटील, जमीनदारांना बाप म्हणायाची भीती असते; कारण या बाप-मुलामध्ये अनेक जीवघेण्या दऱ्या असतात.

'मसाई हणमंता लिंबाळे' असं पालकाचं नाव लावणं मला पटतं न्हौतं. कारण हणमंतानं मायीला सोडून दहा-बारा वर्षं झाल्ते. आता मसामाय दुसऱ्याच पाटलाकडं हाय. येका मालकाकडून दुसऱ्या मालकाकडं गहाणं पडणं, दुसऱ्याकडून तिसऱ्याकडं, वापरण्याची वस्तू म्हणून राहणं, हा कसला जल्म ? ह्यो तर जल्माचा जुलूम.

नादारी अर्ज घिऊन म्या अन् महारवाड्यातली साताठ पोरं सरपंचाकडं गेलो. सरपंचानं सगळ्यांचे अर्ज घितले; सगळ्यावर शिक्के मारून सह्या केल्या; पर माझा अर्ज बाजूला काढून ठिवला. सरपंच मला सही देईना. म्या तावातावानं बोलू लागलो. इतक्यात मुल्ला गुरुजी आले. त्येंचं व सरपंचाचं बोलणं झालं. मुल्ला गुरुजी माझीच *कड* घेत व्हते. सरपंच सही देण्यास राजी न्हौता; कारण सरपंचाला गुडांतर पडलेलं. 'मसाईचा नवरा कोण ? या पोराचा बाप कोण ?' 'मसाई हणमंता लिंबाळे या नावाला मी ओळखत न्हाय,' असा सरपंच पेचात आलेला. मुल्ला गुरुजीनं पालक म्हणून माझ्या आजीचं नाव लावलं. 'संताबाई राम बाळशंकर' हे माझ्या आजीचं नाव. पर हेबी सरपंचाला ओळखीचं न्हौतं. संतामाय महामुद या मुसलमानाकडं राहात व्हती. सरपंच पुरा गोत्यात आलेला. म्या कोन, याची वळख तो कशी देणार ? म्या माणूस व्हतो. माणसाच्या शरीरापलीकडं माझ्याजवळ काय हुतं ? हिथं माणूस धर्मानं, जातीनं वळखला जातो. बापानं वळखला जातो. माझ्याकडं बापाचं नाव, धर्म, जात नव्हती.

मुल्ला गुरुजीनं मध्यस्थी केली म्हनून सरपंचानं सही केली. म्या संतापलो व्हतो. प्रत्येकाला काय हमी देता येते, की आपुन आपल्या बापाचे हाव म्हनून ? कोन बघितलीय आपलीच बीजधारणा ? कोन बगितलाय जन्मण्यापूर्वी आपल्या माय-बापाचा संभोग ?

म्या घरी आलो. मसामाय दारातच बसल्ती. अन् मला रडू कोसळलं. मला अपमान अनावर झाल्ता. मसामायनं माझा मुक्का घितला. आमी दोन उल्का येकमेकांच्या गळ्यात पल्डो.

दुसऱ्या दिवशी नादारी अर्ज घेताना क्लास-टीचरनं इच्चारलं,

"तुला वडील नाहीत का ?"

"मरण पावलेत."

"तुला आई नाही का ?"

"मरण पावलीय."

आमच्या गावची पोरं माझ्याकडं गिधाडावानी बगत व्हती. वर्गात एक प्रचंड

वादळ संपल्यानंतरची स्मशानशांतता पसरली. म्या माझ्या मनातल्या वादळात हेलकावत हुतो — तुटलेल्या पतंगावानी.

म्या मसामायला इच्चारायचा — बापाचा नाव काय सांगू ? बाप कुठं राहातूया ? काय करतूया ? माझ्याकडं का येत न्हैय ? मग काका माझा कोन ? काका तुझा कोन ? नागी, निरमी कुनाच्या ? म्या त्यांचा कोन ?

मसामाय कुंतीवानी गप्प राहायची. अशा वेळी मला कर्ण जवळचा वाटायचा. भाऊबंद वाटायचा. कैकदा म्याच कर्ण व्हायाचो. नदीतनं वाहात जायचो — दूर दूर, खाली खाली.

मसामाय म्हणायाची, "सांग गुरुजीला, माझी माय पाटलाची रखेली हाय म्हनून."

मला खूप आनंद व्हायाचा. उद्या म्या गुरुजींना सांगेनच. मला 'रखेली' या शब्दाचा अर्थ ठाऊक न्हौता. मला तो शब्द बापावानी वाटला. पर या शब्दामागं किती विष पेरून ठेवलंय् ? एक व्यभिचारी योनी उभी हाय या शब्दामागं खुणवत. या योनीच्या प्रचंड महाद्वारात कोण प्रवेश करणार ?

□□□

सरावण महिन्यात आमच्या गावात महादेवाचा सप्ता व्हायाचा. सप्त्याला गावगावचे शिवभजनी मंडळ येयाचे. सप्त्याची समाप्ती ज्या दिशी असायाची, त्या दिशी महादेवाचं देऊळ रंग देऊन सजवलेलं असायाचं. केळीची झाडं, नारळाच्या फांद्या, गुड्या, तोरणं, पताका, मंडप, लाऊडस्पीकर यामुळं महादेवाच्या देवळाचा परिसर फुलून दिसायाचा. सप्त्याला बासलेगावची मंडळी येयाची. भजनी मंडळीत हणमंताबी असायाचा. मसामाय मला त्या दिशी न्हाऊ घालायाची. तोंडाला पाउडर लावायाची. म्याबी धुवलेलो कापडं घालायाचो. भजनी मंडळाजवळून फिरकायाचो. या साताठ माणसांत कोणी तर माझा बाप आशील ! पण तो मला वळखता येयाचा न्हैय. बापबी वळख देयाचा न्हाय. म्या *मिडकत* राहायाचो. दरसाली हणमंता भजनी मंडळीसंगं हन्नूरला येयाचा.

आयुष्यात पैल्यांदा बापाला बगायाची ती रात आजबी आठवत्याय. येकदा काकानं हणमंताला घरला जेवाय आणल्तं. काका म्हंजी हन्नूरचा पाटील अन् हणमंता म्हंजी बासलेगावचा. मसामायनं अंड्याची आमटी केल्ती. गाव सगळा निजला आशील. काका अन् हणमंता पिऊन लास्ट झाल्ते. म्या झोपल्तो. मला झोपीतनं उठवलं. हणमंताच्या मांडीवर नेऊन बसवलं. हणमंताच्या तोंडाचा वास येत व्हता. म्या बापाकडं डोळं भरून बगितलो. मसामायनं जेवाय वाल्ढं. काका, हणमंता जेवू

लागले. हणमंता मलाबी मधून-मधून घास भरवत हुता. म्या झोपीत व्हतो. तसाच खात व्हतो. लैय दिसानं बाप मिळाल्याचा आनंद झाल्ता. आता आपल्याला कोन चिडवनार न्हाय. आपला बाप आलाय्. उद्या आपून आपल्या दोस्तावाला आपला बाप दाखवू.

काकाचं मसामायचं भांडणं लागलं. भांडण वाढूच लागलं. मसामाय काकाला शिव्यासराप देत व्हती. घराबाहीर काढत व्हती. हातात चप्पल घेत होती. मला कायबी कळत न्हौतं. मसामायीचा राग येत व्हता. इतक्या दिसातनं बाप आलाय अन् माय त्येच्यासंगं का भांडत्याय ? मसामाय कडू हाय. माय खवळल्ती. भडकली व्हती. मसामायनं काकाला अन् हणमंताला घराबाहीर काल्ढं अन् दार लावून घितलं.

मसामाय मला पोटात घिऊन निजली. तिचे हुंदके ज्वालामुखीच्या स्फोटागत वाटत व्हते. तिचे अश्रू नजिकच्या प्रलयाचे प्रेषित वाटत व्हते.

थोड्या येळानं काका व हणमंता परत आले. त्येनी दाराला धक्का दिला; पर मसामायनं दार उघडलं न्हाय. 'तुमी जाताव का आता जाळून घिऊ ?' माय संतापानं थर्रारली व्हती. म्या गलबलून गेल्तो.

काका मसामायला हणमंतासंगं नीज म्हणत हुता.

□□□

सरावण महिन्यात इठुबाच्या अन् महादेवाच्या देवळात रोज पोथी वाचायाचे. सगळा गाव पोथी ऐकाय जमायाचा. माझ्या मनात कधी काय यील, ते कळायाचं न्हाय. त्या दिशी म्या, परश्या अन् चंद्या थेट इठुबाच्या देवळात शिरलो, देवाच्या पाया पल्डो अन् घरला आलो. चंद्याचा बाप देवळाच्या पायरीजवळ पोथी ऐकत बसल्ता. आमी ऊतानखाटावानी वागलेलं त्येला खपलं न्हैय. त्येनं चंद्याला लैय मारलं. आमच्यासंगं खेळू नको म्हनून ताकीद दिली.

"मला ह्या गावात राहायाचंय. तुला मस्ती आलीय का ? माझ्या तोंडाला काळं लावचील ! आजवर कुनाचा बोल घितला न्हाय. पाय मोडीन तुझं." चंद्याचा बाप कावत व्हता. आमी देवळात जाणं गुन्हा हुता. आमी देवाचं दर्शन पायरीजवळून घितलं पायजे. देवळात गेलो, तर देव बाटतोय. पायरीनं वागलं पायजे. अस्पृश्यांना देवळात प्रवेश न्हाय.

देव माणसा माणसात भेद करतो. येकाला श्रीमंत, तर येकाला गरीब. एकाला सवर्ण, तर येकाला अस्पृश्य. माणसा-माणसात द्वेष पसरविणारा देव कसला ? सारी परमेश्वराची लेकरं. मग आमी अस्पृश्य कसे ? आमाला गावाबाहीर ठिवणारा देव, धर्म, मान्य नाही. का ठेवलं आमाला गावाबाहीर ? माणसा-माणसात फरक

कसा ? सगळ्याचं रक्त लालच की !

□□□

मला मच्छिंद्रण्णाची भीती वाटायाची. तो मला सदा दटावयाचा. म्या भिऊन त्येचं काम ऐकायाचा. येकदा मच्छिंद्रण्णानं मला बिडी आनाय सांगितलं. म्या नगं म्हनलो, तसा तो खवळला. 'फोदरीच्या' म्हनून त्येनं माझी मानगूट धरली. तक्क्यावरनं हाकलून लावलं. "ह्ये तक्क्या तुझ्या बापाचा न्हाय. पुन्हा तक्क्यावर पाय ठिवलाच तर मुंडकं मोडीन. बासलगावात तुझा बाप हाय. हिथं काय तुझं ?"

म्या बासलगावला गेलो, तर बाप घरात घील का ? तिथली माय मला भाकर दील का ? बाप वाड्यात राहतूया. माय झोपडीत. म्या रस्त्यावर. शेवटी म्या कुठं मरनार ? कुठं जगनार ? माझ्या नेमक्या मुळ्या कुठं ?

□□□

त्या दिशी सुनी जळनाला गेल्ती. काट्या-कुपात शिरून जळण काढायाचं. इच्चू-किड्याचं दांडगं भीव. पर रोजचं मरण वाढून ठिवलेलं. भिवून कसं चालील ? सुनीच्या हातात शिंदीचा काटा मोडला. सळ्नळ् भोक पडल्तं. हात धोदरल्ता. सुनी माशावानी तडफडत व्हती. चार-पाच धकल्या पोरी जवळ बैसल्त्या.

जनावरराके पोरं अन् बायानी सुनीचा काटा काल्ढा. म्या हंबरडा फोल्डा. सुनी रडत व्हती. आमचं बगून वनीबी रडत व्हती. सुनीचं हालबणं मला बगवत न्हौतं. बाया आमाला गप्प बसवत हुत्या.

माय घरला आल्यावर म्हनाली, "बाप दोन असले म्हनून काय झालं ? दोगंबी येकाच रक्तातनं जल्मल्यात की, किती केलं तर आतडं कसं गप्प बसू दील ?"

बाप दुसरा म्हनून माझ्या भैनीवाबद्दल कवाच दोन दुसरं वाटलं न्हैय. म्या भैनीवाच्या उवा मारायाचो, त्यांचं डोस्कं ईचरायाचो, वेण्या घालायाचो; पर आमचं खेळण्या-खेळण्यात भांडण व्हायाचं. तवा नागी खवळायाची. रागावयाची. शिव्या देयाची. "तुझा आमचा काय संबंध न्हाय. कुठला कोन हायीच; कुनास ठावं. तू आमच्या बापाचा न्हैय !" तवा म्या आत-बाहीरून फाटायाचो. जळायचो. नागीचे शब्द काळजाला भोकं पाडायाचे. माझ्या मनात उपरेपणा भिनायाचा.

दादा मला रागावू लागला, की म्याबी खवळायाचो. टाकून बोलायाचो. "तू मुसलमान हायीस. माझा बाप नव्हं. तू मला मारायाचं न्हैय ?" दादा वर उचलेला

हात खाली घेयाचा. म्या निवडुंगावानी हुभारायाचा. काकालाबी कावायाचो. काका मायीचं ऐकून मला मारायाचा. तवा म्या शिव्या देयाचो. "पाटील, तुमचा माझा काय संबंध न्हाय. तुमी मला हात लावायाचं न्हाय." उद्वेग वाटायाचा. संताप येयाचा. घरात कोणी मारलं, की पळून जायाचा. अशा वेळी मला बासलेगावची याद येयाची.

बासलेगाव माझ्या बापाचं गाव. माझी पितृभूमी. कसं असेल हे गाव ? तिथली माणसं कशी असतील ? माझे नातेवाईक कसे असतील ? माझं घर कसं असेल ? माझं शेत कसं असेल ? माझी भावंडं कशी असतील ? आपण जावं का हुडकत आपल्या मुळ्या ? किती दिस लागतील तिथं पोहचायला ? वळखतील तिथले मायबाप ? सदाच बासलेगावाबद्दल माझ्या मनात कुतूहल भरलेलं. कवा कवा म्या बासलेगावला निगायाचा. पर भ्या वाटायाचं. आपण बासलेगावला गेलो, तर ठार मारत्याल. म्या महारणीच्या पोटचा. मला कसं घेत्याल घरात ? म्या आपोआप माघारी वळायाचो. घरी आलो तर काका, माय, दादा परक्यावानी वागवायाचे. काका दादाला म्हनायाचा, "शरण्याला कशाला पाळतूच ? कुनाचा कोन हाय ? जाऊ दे की ! हाकलून काढ ?" दादा बी सुरात सूर मिसळायाचा. "संताकडं बगून पाळावं लागतंय". कुनाच्या गळ्यात जाऊन पडावं ? मला माझं कोन म्हनील ? माय नाकारतेय. बाप नाकारतोय.

मसामायनं का पाडलं न्हैय पोटचं ? का दाबला न्हैय माझा गळा जन्मताच ? का वाढवलंया मला या जगात ? आमी जाती टाकून जन्मलेली मुलं; पर आमाला कडू का म्हनून हिनवावं ? आमी काय केलाय गुन्हा ? मायबापाच्या चुकीची सजा मुलाला काय म्हनून ? मला माझा जन्म हा अपवित्र का वाटावा ? जवा मी मसामायकडं बगतो, तवा म्या रागानं भडकतो. हिनं का केला आशील व्यभिचार ? ह्या व्यभिचारी स्त्रीच्या अंथरुणावर मी का जावू नये ? पर मी जवा मसामायकडं, संतामायीकडं बगतो, तवा गलबलून जातो. अशी मसामाय येकटीच न्हाय. अशी संतामाय येकटी न्हाय. यांनी विकलंय स्वत:ला कुणाच्या तरी मर्जीसाठी. यांनी पोटासाठी शरीर विकलं न्हाय. पोटासाठीच काय जगायाचं असतं ? पोटापलीकडं येक विराट आयुष्य असतं ! भाकरीपल्याड येक जीवन असतं. ते जीवन गावकुसाच्या वाट्याला कधी आलं न्हाय.

भाकरबी त्येंच्याच हातात हुती अन् इथल्या अब्रूची निरीबी त्येंच्याच हाती हुती. एका हातानं भूक भागवली, तर दुसऱ्या हातानं भोग घितला. या दोन हातांच्या विळख्यात सापडलेली मसामाय म्या पाहू शकत न्हाय. सीतेची सुटका झाली; पर मसामायची सुटका कोन करनार ? ती पाटलांची रांड म्हनून त्येच्या शेतात खंगून खंगून मरून जाईल. पर आमचं काय ? नागी, निरमी, वनी, सुनी, पमी यांना कोन

करून घीईल ? म्या काय गडी हाव. रांड करून जगीन. पर पोरीवाचं काय ? आमची लग्नं व्हत्याल का ? आमाला लोक माणसात घेत्याल का ? आमच्या मरणा-धरणाला महारवाडा व्हईल ? या भैनी अशाच सडणार का ? जल्मनारा जोडा घिऊन जल्मतो म्हनं. मग कुठाय येचं बाशिंग ? का या बी अशाच बळी पडतील मायीवानी. निदान बहिणभावाचं नातं नसतं, तर जवानी जाळणाऱ्या येका बहिणीशी लगीन केलं असतं. तिचा संसार सुखाचा केला असता !

माझ्या आईचं प्रेम मला मिळालं न्हैय. ती माझी पूर्ण आईच न्हाय. ती माझी आर्धी आई; तर आर्धी पाटलाची बाई. तिला पाटलाची मर्जी सांभाळावी लागे. माझ्यासाठी तिचा पान्हा अवघडला असताना तिचे हात मात्र त्यांच्या मर्जीत गुंतलेले असायाचे. माझी आई हिरावलेली. या रहाटगाड्यात तिनं कधी माझ्या पाठीवरून हात फिरवला, तर तो स्पर्श मला जीवन देणारा वाटायाचा.

पोटाचा उन्हाळा थंड करन्याकर्ता आमी वढ्यानी फिरायाचो. खेकडे धरायाचो. मासे मारायाचो. व्हल्याची अंडी काढायाचो. मोहाळ मारायाचो. भूर्रल्या उठवायाचो. पानकोंबड्याची तान काढायाचो. गळाला बेंडकुळ्या लावून बगळे धराय जायाचो. ससे मारायाचो. घोरपडी हुडकाय जायाचो. गलोलीनं घारी टिपायाचो. खारी भाजून खायाचो. बिरेदेवाच्या मळ्यात जाऊन बेलपत्र, कवठे पाडायाचो. हुत्त उकरून किडा पियाचो. गिरमल्लाच्या शेतात सूरपारंब्या खेळायाचो. रोजीना शेंगा चोरून आणायाचो. इकायाचो. बाळाण्णाच्या हिरीत पवायाचो. मशा, म्या, परश्या गाभा तोडायाचो.

शिंदीची कवळी झाडं पोटासाठी तोडायाचो. शेतकऱ्याच्या भीतीमुळं दडपलेले असायाचो. मशा गाभा तोडायाचा, तवा म्या अन् परश्या फरक्या धरून हुभारायाचो. मशा थकल्यावर परश्या बूड तोडायाचा. परश्याचं झाल्यावर म्या. पाळीपाळीनं कुऱ्हाड चालवायाचो. फरक्या धरून झाड खेचायाचो. हालवायाचो. हाताला शिंदीचं काटं टोचायाचे. हाताला फोड येयाचे. शिंदीचं झाड तोडायाचो. फरक्या छाटायाचो. बूड खांद्यावर घिऊन मशा निगायाचा. त्येच्यामागं म्या, परश्या चालायाचो.

म्हाळाशाच्या *धड्डी*जवळ जांभळाचं झाड हाय. त्या झाडाखाली बूड चिरायाचो. आतला गाभा नारळावानी लागायाचा. कवळ्या फरक्या तर लैय खाऊ वाटायाच्या. गाभा सरता सरायाचा न्हाय. याच जांभळीखाली आमी डुक्कर भाजायाचो.

प्रल्हादबाप अन् वडर भिमशा भागीत डुकरं पाळायाचे. गावच्या भवताली बाया-बाप्ये हागायाचे. डुकरं गू खाऊन जगायाचे. नीट हागू बी देयाचे न्हैत. बोच्याला ढुशा देयाचे. माशा अन् डुकरं हागताना कातावून सोडायाचे. निंगा डुकराचं गू येचून गोळा करायाचा. प्रल्हादबाप डुकराचं तूप इकायाचा.

वडर भिमशा काठीला दोरी लावलेला फास घिऊन हुभारायाचा. आम्ही डुकरं

हुसकून आनायाचो. डुकरं पळापळी करायाचे. हागाय बसलेल्या बाया शिव्या हासडायाच्या. आमी गू तुडवत पळायाचो. डुकराची तान काढायाचो. डुक्कर फासात सापडलं की लैय ओराडायाचं. महारवाड्यातलं सगळं पिळगू जमा व्हायाचं. डुकर धरल्यावर प्रल्हादबाप डुकरायचे पाय बांधायाचा. वडर भिमशा डुकराची अंडं काढायाचा.

प्रल्हादबाप महिन्या दोन महिन्यातनं डुक्कर मारायाचा. डुक्कर धरावं म्हनल्यावर लैय पळापळी करावी लागायाची. लिंबा उड्या मारायाचा. उंबऱ्या हातात काठी घिऊन पळायाचा. तुक्याच्या हातात कुत्रं असायाचं. निंगा हातात दगूड घिऊन डुकराची तान काढायाचा. आमी मागं पळायाचो. प्रल्हादबाप, बापूबाप *कुत्रे छौ लावायाचे.*

निंगाचं दगूड लागून डुक्कर आडवं व्हायाचं. कुत्रं जाऊन धरायाचं. आमी पळत जायाचो. डुक्करं अंगावर येयाची. निंगा डुक्कर खांद्यावर घिऊन निगायाचा. आमी काटे-कुटके गोळा करायाचो. प्रल्हादबाप मीठ-मिरचू घिऊन येयाचा. दशरथबाप सगळ्याच्या मागून येयाचा.

निंगा डुकराच्या मानेवर धोंडा मारून जीव मारायाचा. डुक्कर पाय खोडून मरून जायाचं. लिंबा अन् तुका डुक्कर भाजायाचे. डुक्कर भाजताना 'चर्रचुँईऽ' आवाज येयाचा. डुक्कर होरपळल्यावर प्रल्हादबाप डुक्कर घासून धिवायाचा. मधल्या आतड्या काढून टाकायाचा. दशरथबाप, बापूबाप मटणाला मीठ-मिरचू लावायाचे. आमी डुक्कर खायाचो. डुक्कर खाल्यावर आंगुळ करावी लागायची. त्याशिवाय घरात येऊ देयाचे न्हैत. प्रल्हादबाप दातात काड्या घालत तक्क्यावर बसायाचा. म्या इचार करायाचो — गू खानारी डुक्करं. जीवाच्या भयानं पळणारी डुक्करं. वर्मी घाव लागून धपापत पडलेलं डुक्कर. अंगावर धावून येणारी डुक्करं. पाय खोडून मेलेलं डुक्कर. होरपळलेलं डुक्कर. भाजून बाहीर पडलेला डुक्कराचा डोळा अन् म्या, माझं तोंड, दात, नरडं, पोट, आतड्या, रक्त. सगळं हागंदारी वाटायाची.

प्रल्हादबाप मला बिड्या आनाय पाठवायाचा. पुढल्या बारी डुक्कर खायाय मिळावं म्हनून म्या प्रल्हादबापाचं काम ऐकायाचो.

प्रल्हादबाप गाभण डुक्करिणीची लैय काळजी घेयाचा. घरामागं तिच्यासाठी आडोसा करायाचा. डुक्करीण हाळजली की, आपलंच पिल्लू खायाची. तवा मला देवकीची याद येयाची. मसामाय म्हनायाची — "म्या तुमचं नरड दाबलं न्हैय. पाळलं. पोसलं." ती देवकीची भानगड सांगायाची.

देवकी सडी बाई. रामाप्पाच्या मळ्यात काम करणारी. देवकीचं लग्नं झालं न्हौतं. घरची गरीबी. देवकी पोट पाडायाची. अडल्या-नडल्या बाया देवकीकडं येयाच्या. पोट पाडून घेयाच्या. अब्रू जीवापेक्षाबी दांडगी असतीय. देवकी पोटुशी बाईला पालथं घालून तुडवायाची. झाडपाला खायाय देयाची. देवकीलाबी पोट राहिलं.

देवकीनं पहाटं लेकराला जन्म दिला. दिसं उजाडण्याच्या आत त्या लेकराला तिनं उकिरड्यात नेऊन पुरलं.

आपलंच पिल्लू खाणारी डुक्करीण काय, अन् देवकी काय येगळी न्हाय.

देवकीकडं गावातली धानाव्वा सारखं येयाची. धानाव्वा रेवाप्पाची ल्येक. तरणीताठी. धानाव्वाचा नवरा गेलसाली ईज पडून मेल्ता. धानाव्वा बापाच्या घरी राहात व्हती. बाप लैय खडूस व्हता. पुढं धानाव्वाला दिस गेलं. अन् ती देवकीच्या घरला हेल्पाटे घालू लागली.

धानाव्वा रेवाप्पाची थोरली ल्येक. तिचं लगीन होणं मुश्किलच. तिला बापापासूनच दिवस गेलेलं. धानाव्वा देवकीच्या हाता-पाया पडायाची. चोरून ठिवल्यामुळं दिस जादा झाल्ते. रेवाप्पा म्हनायाचा — "मी झाड लावलंय. मी फळे का खऊ नये ?"

बाप-मुलगी, झाड-फळं, बीजधारणा. म्या रोज धानाव्वाला घरापुढून जाताना बगायाचा. कवाबवा मायीजवळ येऊन बसायाची. रडायाची.

□□□

आमी नदीला मासे धराय जायाचो. कधी लुगडं लावून मासे धरायाचो; तर कधी वाट्या लावायाचो. कधी पानी अडवून पानी मारायाचो. गळ टाकून मासे मारण्याचा कंटाळा येयाचा. सगळ्यात गुम्मीत मासे पकडणं बरं वाटायाचं. रातीला टायरच्या उजिडात मासे कापायाचो. उन्हाळ्याच्या दिसात नदी आटून बारके बारके डबके व्हायाचे. आमी डबक्यात शेर घालायाचो.

शेराच्या फांद्या तोडून आणायाच्या. डबक्याच्या पाण्यात शेराच्या फांद्या मोडायाच्या. शेराचं दूध पाण्यात मिसळायाचं. पाणी ढवळून काढायाचो. कधी कधी माशाचा पाला चेचून टाकायाचो. पाला पान्यात भिनायाचा अन् येकेक मासा तडफडत तरंगत वर येयाचा. मेलेली मासे चांदीवानी चमकायाची. मासे येचायाचो. हाताला माशाचा वास येयाचा. मासा पकडून जमिनीवर आपटायाचो. कल्ल्यातून रक्त निगायाचं. मासा मरायाचा.

प्रत्येकानं आपापले वाटे वाटून घेयाचं. मासे घासायाचे. पोटं फोडायाची. आतडं, गू, फुगे काढून पाण्यात टाकायाचं. माशाची आतडं फुग्यामुळं पाण्यावर तरंगायाची. पाण्यातले मासे आतडे गिळाय गर्दी करायाचे. माशाच्या वासानं साप, खेकडे निगायाचे.

मासे धरल्यावर आमी पोरवं पोरवं नदीच्या काठी मीटिंग करायाचो. म्या भगुणं अन् तेल आणायाचो. माणक्या मिरचू आणायाचा. मशा कांदे व काडी डबी आनायाचा.

परश्या-बाब्या जळन गोळा करायाचे. आमी माशाची आमटी करून खायाचो. बिड्याची कुटके वढत बसायाचो.

□□□

मसामायच्या नवऱ्याची ही गोष्ट. तिसरापार आशील. श्रीमंत इठ्ठल कांबळेला पाठीवर घिऊन आमच्या घरात आला अन् इठ्ठल कांबळेला मधल्या खोलीत बाज घालून दिली.

इठ्ठल कांबळे अन् मसामाय आज एकमेकाला कित्ती दिसातनं बगत व्हते. ह्याच ईठ्ठल कांबळेनं मसामायचं मंगळसूत्र तोडून घितलं. थानचं लेकरू हिसकावून घितलं. घरातनं हाकलून लावलं. दुसरं लगीन केलं. लेकरं हाळजली. वर्सामागून वर्सं लोटली. आज मरणघाईला आलेला माणूस सोडलेल्या बायकूच्या शोधात का यावा ? काय चुकलं त्येचं ? या घड्या अशा का विस्कटतात ? घड्या उघडून लुगडं बघणं ठीक हाय; पर ह्यो जीवन मरणाचा खेळ कसला ?

इठ्ठल कांबळेनं दुसरं लगीन केलं. पोटासाठी देश पाठीवर घेऊन फिरला. त्येला कुनी तरी ईख घातलंय म्हनं. करणी केलिया म्हनं. नाना इलाज झाले, देव-डॉक्टर झाले; पर गून काय पडला न्हाय. त्येला मसामायचा तळतळाट लागलाय. मरणाच्या पुढी पाप फेडाय आलाय — मसामायच्या दारात. मसामाय जीव गहाण ठिवून नवऱ्याला नीट करीन म्हणायाची. रोज अंग चोळायची, मोळायाची. ऊन पाण्यानं अंगूळ घालायाची. दूध-तूप खायाला देयाची. मनात एक न आनता नवऱ्याची सेवा करायाची. संतामायनं अनेक देवान्ला नवस केला; पर इठ्ठल कांबळे काय बरा झाला न्हाय. काका रोज नवा धीर देयाचा. दादा येऊन बोलून जायाचा. लोकबी बगाय-बोलाय येयाचे. आक्रीला सगळेजण ठकले.

भंगाऱ्याव्वा मसामायची सासू सारखी रडायाची. आमी तिच्याभोवती जमायाचो. "तुमी सगळे आमच्या घरात जन्मला असता. तर माझं घर भरलं असतं. माझं घर मोडलं. म्या लोकाचं ऐकून पायावर धोंडा पाडून घितले." म्हनून रडायाची. इठ्ठल कांबळे आमच्याकडे सुन्न बगायाचा.

इठ्ठल कांबळे आमच्या घरी मेला, तर लोकाचा बोल यील म्हनून त्येला बासलेगावला पाठवलं.

तिसं दिशी इठ्ठल कांबळे मेल्याचा सांगावा आला. कालच घरावरनं टिटवी गेल्ती. आज खरं झालं. संतामाय मातीला गेली. दादानं आपली हमाली तिकिटाला दिली. मसामाय दिसभर जेवली न्हाय. सारखी रडत बसली. दादा आला; मसामायची

समजूत काढून गेला. काका आला. त्येच्या तोंडावरबी रोषनाई न्हौती. म्या नागीला सांगत व्हतो. नागी मला — "मसामायचा नवरा मेला म्हनं."

संतामाय माती दिऊन आली. माती चांगली झाली म्हनं. सगळे लोक मसामायच्च्या हातची माती व्हावी म्हनून वाट बगत व्हते. पर मसामाय गेली न्हाय. इठ्ठल कांबळेची माती लैय पडल्ती. गोरीवर गायीचा पाय उमटल्ता. इठ्ठल कांबळे गायीच्या जल्माला गेला म्हनं. इठ्ठल कांबळे मातीआड झाला. एक हळहळ भळभळत संपली. सूर्या, धर्मा परदेशी झाले.

मसामायला सूर्या, धर्माची याद येत नशील का ? घर बदलायाचं म्हनल्यावर किती अवघड वाटतंय ! ही तर आयुष्याची उलथापालथ. मसामायनं सूर्या, धर्माला हाळजलं, पाजलं, अंगा-खांद्यावर खेळवलं, त्येंची मुकं घितली; पर आज त्या लेकरावाला कशी विसरली आशील ? साधी जखम झाली, तर त्येचा वण राहातूया. सूर्या, धर्माला मायीची याद येत नशील का ? मायीविना कसे जगत असत्याल बाबा ! त्येंना माय बगावं वाटत नशील का ? आमी मसामायच्च्या पुढ्यात खेळतावं. मसामाय नसली, की नाराज व्हताव. मसामायबिगर आमाला करमत न्हाय. मसामाय कुठं चालली, तर आमी तिच्यामागं रडत लागताव. मसामाय आमाला मारत्याय. माया करत्याय. सूर्या, धर्मा कुणाला माय म्हणत असतील ? का त्येना माय असत्याय हे माहीतच न्हाय ? वार्गीचे दोस्त सूर्या, धर्माला काय म्हनून चिडवत असतील ? म्या, नागी, निरमी कसं खेळताव. मसामाय आमचा खेळ बगत बसत्याय.

त्या दिशी आमी खेळत व्हतो. मसामाय दारात बसल्ती. भंगाऱ्याव्वा आली. आजी आली म्हनून आमाला आनंद झाला. आमी खेळ मोडला. मसामायबी उठून आडवी गेली. भंगाऱ्याव्वासंगं दोन मोठी माणसं व्हती. भंगाऱ्याव्वानं मसामायला सांगितलं, "ही तुझी लेकरं हैत. सूर्या, धर्मा" मसामाय गलबलून गेली. दोगांच्या गळ्याला पडून रडू लागली. थान पिनारा धर्मा, चार वर्साचा सूर्या आता मोठे झाल्ते. काळ मोठा झाल्ता. मसामायचं अंत:करण मोठं झाल्तं. किती वर्सानं माय-लेकराची भेट झाल्ती ? मसामाय सूर्या, धर्माचे मुकं घेत व्हती. अन् मला राग येत व्हता. मसामाय या परक्यावर येवढी माया का करत्याय ? आमच्यावरची माया तर कमी झाली नशील की ?

सूर्या, धर्मा, म्या, नागी, निरमी, वनी येकाच मायीची. येकाच गर्भात, येकाच रक्तावर वाढलेली. पर आज आमी येकमेकाला कित्ती अनोळखी वाटत व्हतो !

□□□

म्या, परश्या शिंदूळ्या पाडाय चालल्तो. वाटंत राधा आडवी येत व्हती. तिच्या डोईवर पाण्याची घागर व्हती. म्या, परश्या मोकळ्या अंगानं चालल्तो. वाट थोडीच व्हती. राधानं आमाला बाजूनं जायाय सांगितलं. परश्यानं वाद घातला. राधा खवळली. "महार माजलेत. अंगावरच येत्येत. पियाय पाणी न्हेतेय. दिसत न्हैय ? विटाळलं तर ?"

आमी मुकाट्यानं बाजूला झालो. रस्ता सोडलो. आमी दुखावलो व्हतो. चिडलो व्हतो. डिवचलो व्हतो. राधा रोज शेताला जायाची. त्या दिशी म्या व परश्या राधाला आडवायाचं ठरवलं. म्या मनातल्या मनात भीत व्हतो. माझं धाडस व्हत न्हौतं. राधानं आमचा शाळंतबी अपमान केल्ता.

वाडिकल्लात दोन धकले पोरं खेळत व्हते. सगळ्या सरवलात कोण न्हौतं. राधा खडकाळी पार करत व्हती. तिच्या डोईवर भाकरीची पाटी व्हती. परश्या आडवा झाला. राधाचा हात धरला. म्या हादरलो. पर मनात सूड व्हता.

"आमी महार हाव ? आमच्या स्पर्शामुळं पानी विटाळतंय, तर नदी का विटाळत न्हैय ? आमच्या स्पर्शामुळं माणूस विटाळतो, तर का झाली न्हैस हिरवी-पिवळी तू ? या पाटीतल्या भाकरी का सडल्या-कुजल्या न्हैत ? आमाला महार म्हनतीच, तर सांग याचं उत्तर ? न्है तर आमी तुला सोडत न्हावं."

म्या, परश्या राधाला अडवल्तो. राधावर आमाला बलात्कार करायाचा व्हता. आमाला महार म्हनन्याचा सूड घेयाचा व्हता. आमच्यापुढी राधा वर्णव्यवस्थेवानी हुभारल्ती. तिचे पाय, तिच्या मांड्या, तिचे बाहू, तिचं तोंड.

आमी राधाला आडवलाव खरं; पर आमाला कोन बगीतलं तर ? राधानं गावात जाऊन सांगितलं तर ? आमचं काय व्हईल ? आमच्यामागं आमच्या बहिणींचं काय व्हईल ? गाव महारवाडा काय म्हनील ? मला श्रीमंतनं सांगितलेल्या गोष्टीची याद आली.

आमच्यासारख्या दलित तरुणानं गावातल्या बाईला वाकड्या नजरेनं बगितल्तं. तिनं घरात जाऊन सांगितलं. दलितानं सवर्ण स्त्रीकडं डोळा उचलून बघणंदेखील गुन्हा ! सगळा गाव येक व्हवून महारवाड्याला तानवू तानवू मारल्ता. पुढे महारवाड्यातल्या सगळ्या तरुण लोकांवर गावान कुरापत काढून खटलं केलं. सगळ्या महारांना वर्सावर्साची सजा झाली. सजा भोगून जवा ते घरला आले, तवा त्येंच्या बायका यकेक लेकरं हाळजल्त्या. गाव असला कडू असतूया. ही कुठल्या गावची कथा, कुनास ठाऊक; पर श्रीमंत सांगताना आतडं तुटायाचं.

□□□

मसामाय घरात बसून राहायाची. भूक लागली की, च्या पियाची. काकाची तीन महिन्यातनं येकदा पाटीलकीची पगार व्हायाची. कपडेलत्ते, दुकान बाकीत सगळी पगार बार व्हायाची. कुनाबुनाची फारिकत झाली, की काकाला धा-वीस रुपये मिळायाचे. कुणी फाशी घितलं, खून झाला, की पोलिसात रिपोर्ट करायाचा. भावकीतलं मडं असलं, की पंचनामा करून माती देयाचे. हवालदार,काका अन् पोलीस खिसा भरून घेयाचे. घर अडचणीत आलं, की मसामाय म्हनायाची, "आता कोन तर हिरीत पडून मरावं; म्हंजी तेवढाच खर्च भागील."

काका मसामायच्या नावावर दोन एकर शेत केल्ता. खानारे खंडीभर; पिकायाचं कमी. काकाबी धांड व्हता. मसामाय रडायाची. गावचा पाटील असून उपाशी मरायाची पाळी आली. माझं वाटोळ झालं म्हनायाची.

घरात उघड्यावर मसामाय, नागी, निरमी आंगूळ करायाच्या. आमच्यापुढीच कापडं काढायाच्या; नेसायाच्या. माय-बहिणीचं नागडं अंग बगावं लागायाचं. लुगडं नेसताना मसामायची मांडी दिसायाची. नागीला ऊर येत व्हते. नागी शहाणी व्हायाच्या आत तिचं लगीन ठरवलं.

काकानं नागीचं लगीन मोठ्या थाटामाटात करून दिलं. काकानं गावजेवण दिलं. महारवाड्यालाबी गोड-तिखट जेवण दिलं. नागीचं लगीन महारवाड्यातच केलं. सगळा महारवाडा लग्नाला आला. लग्नाअगोदर पंच बसले. पंचात ठरल्याप्रमाणं काकानं महारवाड्याला गोड जेवण दिलं. काका पाटील असल्यामुळं महारवाड्यानंबी लैय वढावढ केली न्हाय.

नागीचा नवरा कुमार. नरसिंग गिरजी मिलमधी टेम्पररी मजूर व्हता. त्येची माय शांता केळी इकायाची. कुमारच्या अगोदरच्या दोन बायका पळून गेल्त्या. नागीपेक्षा थोराड व्हता. नागीला डोळं झाकून दिलं; कारण हालक्यावाला नवरा मिळणं मुश्किल. नागी लहानगी; कुमार दोन पोराचा बाप वाटायाचा. कुमारचं हे तिसरं लगीन. तिसरी बायकू टिकत न्हाय; म्हनून कुमारच्या खिशात बाहुली ठिवल्ती. ही बाहुली म्हंजी त्येची तिसरी बायकू. पैली हळद बाहुलीशी लावली; मग नागीला. म्हंजी नागी चौथी बायकू.

नागीला नांदाय न्हेलं; पर नागी नांदली न्हाय. पळून आली. अजून तिला वटीबी आली न्हौती. कुमारला गडीपण न्हौतं म्हनायाचे. पर देव जाणं काय खरं ते !

त्या दिशी म्या अन् कुमारमामा केळीच्या गाडीत झोपल्तो. सायकलच्या चार चाकाची ही गाडी. राती कुमारमामा झोपीत बडबडत व्हता. त्येच्या तोंडाचा दारूचा वास येत व्हता. रोज तो जुगार, पत्ते खेळायाचा. कामाला जायाचा न्हैय. त्येला कामावरनं काढून टाकलं व्हतं. कुमारमामानं माझ्या अंगावर पाय टाकलं. बाईला

कवटाळावं तसं मला कवटाळलं. मला काहीच कळत न्हौतं. म्या दबा धरून तसाच पडून राहिलो. हळूच स्वत:ला सोडवून घितलं.

सकाळी मला अन् कुमारमामाला शांताआत्यानं उठवलं. तिला गाडी नेयाची व्हती. कुमार उठला. म्या त्येच्याकडंच बगत व्हतो. त्येची अंडरवेअर नाईट फॉलनं भिजलेली व्हती.

सकाळी च्या पिऊन कुमारमामा घराबाहीर पल्डा, की तो संध्याकाळीच येयाचा. रोजच मला पिक्चरला नेतो म्हनायाचा. म्या अजून पिक्चर पाहिलं न्हौतं. दुपारी म्या शांताआजीबरूबर केळाची गाडी ढकलत जायाचा. त्यामुळं शहरात फिराय मिळायाचं. सोलापूरला म्या पैल्यांदा आलेला. शांताआत्या कातावून 'केळी ऽऽऽ' म्हनून वरडायाची. केळी घेनाऱ्या बाया माझ्या चौकशी करायाच्या. मला बरं वाटायाचं.

कुमारमामा रोज कामाला जातो म्हनून घराबाहीर पडायाचा. पर कामावरून त्येला कमी केलेलं. दिवसभर कुठं फिरायाचा, कुनास ठाऊक ? तो घरी येयाच्या अगोदर उधारीवाले यायाचे. तंग करायाचे. शांताआत्या कातावून जायाची. तिचे बागवानाचे भांडण व्हायाचे. धंदा बुडत चालला. मार्केटात पत राहिली न्हैय. अन् शांताआत्या येक दिस पोतं घिऊन रद्दी येचाय गेली.

कुमार अन् शांताआत्या माणसातनं उठले. रोज काचा, कागदं येचावी तवाच खायाला मिळावं. कुमार तर पैशाची कमई करायाचा न्हाय. म्या त्या दिशी शांताआत्याबरूबर कागद येचाय गेलो. माझी काकलुत शहरात फिरायाची. कचरापेटीत हात घालायाचा, कचरा खालीवर करायाचा, कागदं गोळा करायाचा; अन् शांताआत्याला देयाचा. कुठल्या कागदात गू असायाचं. कुठला कागद घाणीनं लडबडलेला असायाचा. मिठाई खाऊन टाकलेला कागद गवसला, की तोंडाला पानी सुटायाचं. कोरा कागूद सापडला, की अप्रूप वाटायाचं. म्या कागदं येचायाचो. वाचायाचो. शांताआत्या खवळायाची — "काय वाचतूच ? इकडं आण."

घाणीनं लडबडलेली कागदं अन् आमची भूक. रद्दी ताकडीत जोखताना वाटायाचं, रद्दीच्या पारड्यात आमची भूक ठिवावी. मग बघू या किती किलो वजन व्हईल या भुकेचं ! भूक जोखावी ! पोट जोखावं ! स्वत:ला जोखावं ! दिसभर जमलेल्या रद्दीएवढं तरी वजन हाय का माणसाचं ?

सकाळी संतामाय उठली.

रात्री संतामायच्या अंथरुणात कुणीतरी दारुडा घुसल्ता म्हनं. संतामाय शिवीगाळ केल्यामुळं पळून गेला. शांताआत्या दर अवसं-पुनवंला असंच होतंय म्हनायाची. भूत हाय म्हनायाची. तिच्याबी अंथरुणात येकदा कोन तर शिरलं व्हतं म्हणं. म्या ऐकताना चक्रावून जायाचो.

संतामायजवळ कुमारमामा तर गेला नशील की ? मग शांताआत्याजवळबी तोच गेला का ?

□□□

माझं हायस्कूलचं शिक्षण चुंगी अन् चपळगावला झालं. चुंगीला येऊन जाऊन करायाचो. चपळगावला बोर्डिंगमधी घातलं. कारण म्या चुंगीला असताना शाळा चुकवायचो, उनाडक्या करायाचो. चपळगावला ते सगळं बंद झालं. घरातला लाड बंद झाला. बारा गावच्या बारा पोरांत राहावं लागायाचं. सकाळच्या च्याची सवय बंद झाली.

धकलपनी दादाचा नमाज मनात भरल्ता. पुढं संतामायची अंबाबाय लक्ष्मी. काकाच्या पोथी-पुराणानं तर वेड लावलं. बोर्डिंगमधी आल्यावर सगळं हळूहळू पुसत गेलं. शेजारी-पाजारी सगळे दलित विद्यार्थी. त्येंच्यामुळं बौद्ध धर्म प्रिय वाटू लागला.

चपळगावला अभ्यासापलीकडं काय जमलं न्हाय. प्राथमिक शाळेत असलेलं गणिताचं, चित्रकलेचं वेडही मेलं. इंग्रजी मात्र पक्की झाली. वर्गात नेहमीच हुशारीत म्या वरच्या पोरात राहायाचो.

संतामाय मला पोटात घिऊन निजायाची. लहानपणापास्नं म्या तिच्या पोटात मोठा झालो. म्या चपळगावला आल्यावर संतामायला घर सुनंसुनं वाटायाचं. येकदा म्या तिच्या सपनात गेलो म्हनून ती मला भेटाय आली. हन्नूर-चपळगाव दोन कोसाचं अंतर. साठ पैसे तिकीट खर्च असायाचा. एवढेदेखील पैसे तिकिटाला नसायाचे. आमी चालतंच येयाचो; जायाचो.

संतामाय चालत चपळगावला आल्ती. तिनं माझ्याकर्ता जुन्या चपला आणल्त्या. या चपला हन्नूरच्या बसस्टँडमधी कुणाच्या तरी चुकून इसरल्या व्हत्या. त्या संतामायला बसस्टँड झाडताना सापडल्या. तिनं त्या चपला नागी-निरमीला दिल्या न्हाय. मला चपला पायात घाल म्हनलं. एका चपलीचा अंगठा तुटल्ता. म्या पायात घातलो. बरोबर आल्या. चपला कुण्या तरी बाईच्या व्हत्या. म्या अन् संतामाय गावात आलो.

संतामाय चपलाला अंगठा लावायाचं म्हनत व्हती. बसस्टँडच्या बाजूला चांभार बसला. त्येनं अंगठा बसवून देयाय नकार दिला; कारण तो संतामायला महाराची म्हनून वळखत व्हता. म्या चपला तशाच घातल्या. पोरं बायाच्या चपला म्हनून खिजवायाचे; पर त्येंच्या पायात त्याबी चपला नसायाच्या.

म्या दहावीत असताना मला शाळेच्या आवारात तीस रुपये सापडल्ते. ते पिरजादे नावाच्या मित्राने पाहिले. पिरजादे म्हणायाचा 'आपून निम्मे निम्मे वाटून घिऊ.

अक्कलकोटला जाऊन सिनेमा बघू.' आमी दोगेही दूर गेलो. खूप इच्चार केला. पण माझी छाती व्हईना. पिरजादे म्हनायाचा, "तू मला धा रुपये दे. तुला पैसे सापडलेत; तू वीस घे." आमचा शेवटी निर्णय झालाच न्हाय. कारण माझा प्रामाणिकपणा आड येत व्हता.

शाळेची घंटा झाली.

शाळा सुरू होण्याअगोदर शाळेच्या पटांगणात सामुदायिक प्रतिज्ञा व राष्ट्रगीत व्हायाचे. राष्ट्रगीत सुरू असताना अन् श्रद्धांजली वाहताना सर्व शिक्षक येकाच पोझमधी हुभारायाचे. प्रार्थना झाल्यावर म्या सर्व पैसे मुख्याध्यापकाला नेऊन दिलो. त्येनी माझी पाठ थोपटली. शाळेच्या स्पीकरवरून माझ्या प्रामाणिकपणाचं अभिनंदन केलं. म्या वर्गात गेलो. हिरेमठ सर शिकवत हुते. त्या वर्षी सामन्यात आमचा वर्ग हरला हुता. त्येनी शिकवणं बंद केलं आणि सर्वांना उद्देशून म्हणाले, "आपण खेळाच्या सामन्यात हरलो. हरकत नाही. पण लिंबाळेचा प्रामाणिकपणा आपल्या वर्गाचा विजय आहे." तो आनंद मला कित्तीतरी मोलाचा वाटला.

शनिवार-रविवार आमी गावाला येयाचो. परत सोमवारीच शाळंला जायाचो. गावी आलो, की गावात मिळून फिरायाचो. अस्पृश्यतेची चीड येयाची. शिक्षणामुळं स्वाभिमान उफाळून येत हुता. जातीयतेविषयी मन कडूईख व्हायाचं. गावात शिवरामचं हॉटेल व्हतं. तिथं महारा-मांगांसाठी बाहेरची कपबशी ठिवलेली. म्या कैक वेळा ती कपबशी बगत व्हतो. रस्त्यानं जातानादेखील एकीकडून जावं लागायाचं. जिथं तिथं नीच म्हणून हेटाळलं जायाचं. गावाच्या हागंदारीत आमची घरं. या गावाविषयी प्रेम कधी वाटायाचं न्हैय. वाटायाची ती भीती, दडपण. जल्मायाच्या अगोदरच जात चिटकलेली. गर्भात असतानाच 'महारणीचा गर्भ' म्हणून जात डकवलेली. मेल्यानंतरही महाराचं मडं महाराच्या मसनवाट्यात चौगाच्या खांद्यावर जानार.

आमी गावात ताठ मानेनं फिरू लागलो, की गावातले पोरं जळायाचे. त्यांना नको हुता आमचा स्वाभिमान. स्वाभिमान ही एक अलौकिक ताकद हाय, याची आमाला जाणीव झालेली. आमी आमच्यावर लादलेल्या शूद्रतेवर जळायाचो, चरफडायाचो. शिवरामच्या हॉटेलात बाहीर ठिवलेली कपबशी म्हंजी आमच्या तमाम जातीचा अपमान वाटायचा. जुनी म्हातारी मुकाट्यानं ह्या कपबशीत च्या प्यायाची. रामबाप शिवरामच्या हॉटेलला जायाचा. बाहेरच्या देवळीतली कपबशी घेयाचा. तिथंच एक जर्मलचा पेला असायाचा. वरून पाणी वाढलं जायाचं. रामबाप पानी पियाचा. च्या पियाचा. कपबशी धिवून परत देवळीत ठेवायाचा. जमिनीवर पैसं ठिवायाचा; न्हाय तर वरून पैसं टाकायाचा. हातात पैसं देणं गुन्हा हुता. म्या रामबापला बगत राहायाचा. रामबाप म्हनायाचा — "आपली जातच हालकी हाय. आपल्या वाडवडिलापास्नं

चालत आलंय. त्येला आपून काय करनार ? गावाइरुद्ध वागून कसं चालील ?''

आपल्याला कधी तरी गावाविरुद्ध जावंच लागनार. आपुन कित्ती दिस असं मुकं राहनार ? आपून किती जल्मं असं मनाइरुद्ध जगनार ? कधी तरी हे नाकारलं पायजे.

म्या अन् परश्या शिवरामवर खटलं करायाचं ठरवलं. पर शिवरामच्या हॉटेलात च्या पियाय पैसा न्हौता. दादालाबी हमाली न्हौती. दादाजवळ धा पैसं हुतं. त्येनं सगळ्या खिशाची झडती दिली. दादानं धा पैसे बिडीकर्ता संभाळून ठिवल्ते. म्या हट्ट धरला. दादाकडनं पैसे घितले. म्या अन् परश्या शिवरामच्या हॉटेलाकडं वादळावानी निगालो.

फैम्यानं वरून पाणी वाल्ढं. परश्यानं कपबशी धिवली. म्या जमिनीवर पैसं ठिवलं. फैम्यानं पैसं घितलं. वरून च्या वाल्ढा. आमी च्या भरलेली कपबशी घिऊन सरळ पोलीस चौकी गाठली. हवालदार तंबाकू खात बसल्ता. चौकीत जाण्याची पैलीच येळ. माझ्या अंगात फाटकी छॅटी अन् खाली टॉवेल गुंडाळलेला. परश्या आपल्या बापाचं धोतर अन् आंगी घातल्ता. परश्या चौकीच्या दारात हुभारला. ''मी आय कमिन सर ?'' म्या परश्यासंग थर्थरत हुभा व्हतो. हवालदार येड्यावानी बगत हुता. हवालदारला आमचं बोलणं कळालं नसावं. त्येनं खेकसलं — ''काय रे फोदरीच्यानुऽ''

परश्या अन् म्या आत घुसलो. परश्यानं हकीगत सांगितली. कपबशी पुढी ठिवली. हवालदार बशीकडं येकदा अन् आमच्याकडं एकदा बगत व्हता. त्येच्या लेखी आमी अन् बशी सारखेच की ! हवालदारची शिवरामच्या हॉटेलात उधारी. हवालदार आमाला दाबू लागला. 'तुमाला आत करीन' म्हणू लागला. आमच्या घरात हे चिंधं माहीत न्हौतं. आमच्या तोंडचं पाणी पळालं. आपण उगीच गांडमस्ती केलो. आपल्याला काय रोज च्या पियाचा हुता ? घरात कळल्यावर कसं व्हईल ? शिवराम आपला जीव घील. लोक काय म्हनतील ?

''आमाला बी अटक करा अन् शिवरामलाबी अटक करा.'' म्या रडव्या सुरात बोललो. परश्या पळून जायाच्या बेतात आल्ता. मला मुख्यमंत्री, पंतप्रधानाचे पत्ते माहीत नव्हते. त्येना अर्ज कसा करावा, हेबी माहीत न्हौतं. म्या दम धरून बोलत व्हतो. ''आमी मुख्यमंत्री, पंतप्रधानाला अर्ज करनार हाव.'' हवालदार जरा थंड झाला. त्येनं शिवरामला बोलावणं पाठवलं. शिवराम चौकीत येनार म्हनताना आमची पाचावर धारण बसली.

हवालदारनं आमच्यापुढी शिवरामला सगळं सांगितलं. शिवराम खवळला. ''आज वीस वर्सं झाली. सगळा महारवाडा गप्प च्या पितूया. यांनाच काय झालंय ? यांना हॉटीलात घितलं, तर माझं गिऱ्हाईक तुटील.'' आमच्याकडं गुर्रखू गुर्रखू बगत

व्हता. माझी दातखिळी बसल्ती. तोंडातनं शब्द निगत न्हौता. शिवरामनं चौकीत च्या मागविला. मला, परश्याला चांगल्या कपबशीतनं च्या दिला. आमाला शिव्या बी घातल्या. "फोदरीच्यानु, घरला या; तुम्हाला माझ्या ताटात जेवू घाल्तो."

आमी गप्पगार चौकीच्या बाहीर पल्डो. कुनाला काहीच सांगायाचं न्हाय. झालं गेलं इसरून जायाचं. परश्या, म्या महारवाड्याकडं निगालो. पर गाव महारवाडा येक झाल्तं की आमी शिवरामवर खटलं केलं म्हनून. सांच्याला काका आला. तो पिसाळला व्हता. "शरण्या, कुनावर केस केलीस ? तुला काय करायाचं व्हतं ? तुझं डोस्कं सापावानी चेचून काढीन."

म्या गप्प बसलो. काका ईच्यावानी निघून गेला. संतामाय मला पुढ्यात घिऊन बसल्ती. ती सांगत व्हती — "आता काय राहिलं न्हैय. आमच्या डोईनं लैय जुलूम सोसलाय."

गावात कुनाचं जनावर मेलं, की गाव खवळायाचा. महारवाड्याला वेठीस धरायाचा. सगळ्या महारावाला खांबाला बांधून जनावराला मारल्यावानी मारायाचे. तुमीच आमचं जनावर औषीध देऊन मारलंय म्हनायाचे. बाया-पोरं रडायाचे. महारवाड्यातला सगळा गडी मार खायाचा. गाव महारवाड्याला वाळीत टाकायाचा. गावात महारावाला फिरू देयाचा न्हाय. शेतात कामधंदा मिळायाचा न्हाय. दुकानात अन्नधान्य पैसा देऊनही देयाचे नाहीत. सगळीकडनं कोंडमारा व्हायाचा. महारं तरसायाचे; तरमळायाचे.

गाव जवा महारवाड्याला वाळीत टाकी, तवा सातूबाप गावकीचं काम करायाचा. सातूबाप गावात फिरायाचा. चोरून दुकानाचे माल आणून महारावाला देयाचा. जनावर मेलं, की येकटा वढायाचा, सोलायाचा, फाडायाचा; अन् सगळ्याच्या घरला टोपल्यानं सागुती पोचवायाचा. आता तो काळ राहिला न्हाय. आता लैय बदललंय.

संतामायची व्यथा ऐकताना म्या गुदमरून जायाचा. या अत्याचाराचं कारण कळायाचं न्हाय. संतामायचं बोलणं मनात *किच्चं घालाया*चं. तोंड दाबून बुक्क्याचा मार वाटायाचा.

शेतकरी शेताच्या बांधावर आमा लोकांना फिरकू देयाचे न्हैत. शेळ्या-मेंढ्या घेऊन तरण्या-ताठ्या बाया रानात गेल्या, की शेतकरी खवळायाचे. "आमच्या बांधाला येऊ नका. आमच्या जनावराला गवत पायजे. तुमची चोर जात. तुमी शेतावर येयाचं न्हाय. तुमच्या शेळीनं पीक खाल्लं." शेतकरी दलित बायांना टाकून बोलायाचे. रांडवानी मारायाचे. येखादा पदराला धरायाचा. पिकात घिऊन निजायाचा.

संतामाय मला हा अन्याय सांगायाची. संतामायच्या डोळ्यांतली आसवं मला महाकाव्यावानी वाटायाची. तिची येकेक व्यथा महायुद्धाची ठिणगी वाटायाची. आमी जगलेला भूतकाळ किती वाईट हाय ! माझं दु:ख माझ्यापुरतं मर्यादित न्हाय. माझ्यावर

होणारा जुलूम आजचा न्हाय. या अन्यायाच्या मुळ्या हजारो वर्षं काळाच्या इतिहासात रुतलेल्या आहेत. माझं पाहिलेलं दु:ख बुद्धानं पाहिलेलं दु:ख आहे. म्या आजही तेच दु:ख पाहातोय. पण माझ्यातला बुद्ध का जागा होत न्हाय ?

आमचे आजे, पणजे या वाड्याची रखवाली करायाचे. पाटील तालुक्याला गेला, की रातभर वाड्याचं दार राकीत बसायाचे. त्या येडझव्यांच्या मनात येकदा बी आलं न्हैय, की आपुनबी राती पलंगावर निजलेल्या पाटलिणीचं तोंड बगावं. उलट त्यांनी आपल्या सुनाबाळ्या राती-बेराती वाड्याच्या अंधाराला डोळं झाकून अर्पण केल्या. या वाड्याच्या पायाभरणीत बळी दिल्या. त्यांच्या मुसऱ्यावर जगण्यात धन्यता मानली. हा माझा इतिहास.

आमच्या घरामागंच दामुण्णांचा धंदा. त्येची दारू संपली, की त्येचं गिऱ्हाईक आमच्याकडं येयाचं. आमचा माल चांगला नसला, की आमचं गिऱ्हाईक दामुण्णाकडं जायाचं. गिऱ्हाइकाला जितकं लावून राहील, तितकं चांगलं. मसामाय तोंडानं गोड व्हती. दामुण्णाची सासू रत्नामाय जवा हन्नूरला येयाची, तवा आमच्याबी घरला येयाची. रत्नामायला पोरगं न्हौतं. होत्या चार पोरीच. दोन पोरी हन्नूरात दिल्या. थोरली रंगू मुंबईला मिळवाय होती. तिला एक पोरगं व्हतं. गोरा, सडसडीत, हुशार असा जुम्मा. रंगूनं स्वत:च्या जिवावर चार एकर शेत घितल्ती. पुढलं-मागलं दामुण्णा बगायाचा.

रंगूचं पोरगं जुम्मा शाळेला जायाचा. रंगूनं आपलं पोट संभाळून दोन पैसे पदराला गाठ मारून ठिवल्ते. पर येकायेकी काय झालं, की लाल शाईनं लिहलेलं पत्र आलं. दामुण्णाच्या घरात रडारड सुरू झाली. रंगू स्टोह भडकून मेली म्हणं. किती खरं, कुनास ठाऊक ? मुंबईला कोन जाऊन बगनार ? साधा रुपयाचा हिशोब कळत न्हाय. रंगूला मारलं की मेली, कसं कळनार ? का जवळचा मुलुख हाय ? सोन्यासारखा जीव मातीत घालून बसलं. आता काय करून तरी काय उपेग ? दामुण्णा मुंबईला जाऊन जुम्माला घिऊन आला.

जुम्मा चौथीत शिकणारं पोरगं. दहा-आकरा वर्षांचं. माय मेल्यामागं परदेशी झालं. दामुण्णानं त्येचं लगीन करायाचं ठरवलं. दामुण्णा, रत्नामायनं ही गोष्ट मसामायच्या कानावर ठिवली. पोरगं दिसाय चांगलं व्हतं. माय मिळवून ठिवून मेल्ती. पुढं मोठं झाल्यावर करून खाईल. वनीला द्येवावं. दामुण्णा, रत्नामाय, काका अन् मायीचा एक इच्चार झाला. जुम्मापेक्षा वनी दांडगी व्हती. पर मायीला कुठं कळतंय ? कसं तरी हाड भाजू दे म्हनायाची.

जुम्मा आन् वनीचं लगीन झालं. वनी दिसादिसानं मोठी व्हत हुती; पर जुम्मा अजून चड्डीतच. जुम्मानं शाळा सोडली. त्येला कुठलं करमायचं खेड्यात ? जुम्मा मुंबईला पळून गेला, तो कायमचाच बेपत्ता. प्रत्येकजण पोटाच्या मागं लागलेला.

घासाच्या शोधात. आता जुम्माचा शोध कुनी घेनार ?

ही गिरमल्लाची विहीर. गेलसालीच आमच्या महारांनी पाडलीय. श्रीमंत, रामबाप, जेठिंग्या, हऱ्या आणि मारत्या यांनी ह्या हिरीचं गुत्तं घितलेलं. इथं महारांच्या खुदळी खणल्या. इथं महारांनी घाम गाळला. इथं महारानी सुरुंग पेरला. महारांनीच या हिरीला पानी लावलं. पर आज या विहिरीत महारांना बंदी हाय. इथलं पानी पिता येत न्हाय.

म्या, परश्या विहिरीच्या काठावर हुभारल्तो. पाण्यात आमच्या सावल्या पडल्त्या. आमी बोरं खायाय आल्तो. तहान लागल्ती. म्या वर हुभारलो. परश्या आत जाऊन पानी पिऊन आला. शेवटी म्या बी जाऊन पानी पिलो. विहिरीवर कोन तर यील म्हनून राखण करत व्हते. आमाला तहानबी चोरून भागवावी लागत व्हती.

या पाण्यावरबी जातीची हुकमत व्हती. माझ्या वंजळीच्या स्पर्शानं विहिरीत अनेक वलय उठले. धरतीच्या पोटातलं पानी डिचमुळलं. आमी विहिरीत पाणी पिताना कुनी बघितलं न्हाय, हे आमचं नशीब ! न्हाय तर हाग्यामार बसला असता. आमचा असा कसा स्पर्श ? आमच्या स्पर्शानं पाणी विटाळतं, अन्न विटाळतं, घर विटाळतं, कपडे विटाळतात, पाणवटा विटाळतो, मसनवाटा विटाळतो, हॉटेलं-खानावळी विटाळतात, देवधर्म विटाळतो, माणूस विटाळतो.

मला गेल्या शनिवारची याद येतीया. शाळंला शनवार-रविवार सुट्टी म्हनून आमी गावाला निगाल्तो. रस्त्यात माझं अन् पोरांचं भांडण झालं. पोरं मला सोडून पुढं निघून गेले. म्या मागं राहिलो. गिरमल्लाच्या शेतात इसाव्याला बसलो.

गिरमल्ला शेतात राबत व्हता. त्येची बायकू त्येची भाकर घिऊन आली. तिच्या डोईवर भाकरीची पाटी व्हती. बगलंत लहान लेकरू. तिनं डोईवरचं वझं उतर म्हनलं. दुसऱ्यांना मदत करावी, हे माझं नागरिकशास्त्र. म्या तिच्या डोईवरची पाटी उतरली. गिरमल्लच्या बायकूनं बिंदगीत पाणी आणलं. गिरमल्ला बायकूला बगून न्याहारीला आला. त्येनं आल्या आल्या माझ्यावर खेकसाय सुरुवात केली. तशी गिरमल्लाची बायकू मधी पडली. म्या तिला मदत केली व्हती. गिरमल्ला खवळला, "महाराचा हाय. महार संताचा नातू." गिरमल्लाच्या बायकूचा चेहरा येकायेकी पडला. ती रडवी झाली. तिच्या डोळ्यांत पाणी आलं. माझ्या स्पर्शामुळं तिच्या भाकरी बाटल्या व्हत्या. ती बाटली व्हती. तिचं लेकरू बाटलं व्हतं. ती मला शिव्या हासडू लागली. गिरमल्लाच्या तर तळपायाची आग मस्तकाला गेली. त्येनं पायातला जोडा काढून माझ्यावर भिरकावला. म्या गावाच्या दिशेनं पळू लागलो.

□□□

म्या मॅट्रिक पास झाल्तो. वर्गात दुसरा नंबर व्हता. फस्टक्लास मिळाला हुता. म्या, नंद्या अन् शिरोळे पैल्या नंबरनं पास झाल्तो. सर्वत्र आमचं कौतुक व्हतं. त्या आनंदात म्या, संतामाय, दादा मिळून दारू पिलो.

मला कॉलेजला जायाय पैसे नव्हते. संतामाय कुनाबुनाचे पाय धरू लागली. व्याजाबट्टानं पैसा मागू लागली. पर पैसा काय केल्या मिळीना. संतामाय पांढरीफट्टक होवून फिरायाची.

दादाचा मामा बार्शीला हवालदार हुता. दादा बार्शीला जाऊन आला. तिथंबी पैसे मिळाले न्हैत. दादाच्या मामानं पगारीला पैसे देण्याचं कबूल केलं; पर तंवर कॉलेजचं अॅडमिशन बंद झालं तर ? म्या कासावीस व्हायाचा. कवा येकदा कॉलेजला जाईन, असं झालेलं.

त्या दिशी म्या अन् संतामाय येका सावकारकडं पैशासाठी गेल्तो. सावकार जरा तंद्रीत व्हता. संतामाय अन् म्या दूर हुभारल्तो. संतामायची चोळी फाटल्ती अन् त्यातनं तिचा थान दिसत व्हता. सावकार संतामायच्या थानाकडं बगत हुता. सावकारनं पैसं न्हाय म्हटलं. माझ्या काळजात त्येचे डोळे विषावानी भिनत व्हते.

"या शेठ सावकाराच्या माय-भैनीची चोळी-लुगडी अशा अवघड जागी फाटावी अन् म्या असाच बगत रहावा !" माझं मन जळत राहायाचं. गरीबीची घृणा वाटायाची. नको वाटायाचा हा अपमान.

□□□

महाविद्यालयीन शिक्षणासाठी मी सोलापूरला आलो. दयानंद महाविद्यालयात प्रवेश घेतला. खेड्याच्या हायस्कूलपेक्षा हे विश्व कित्ती तरी मनमोकळं होतं. नवं वातावरण, नवा उल्हास.

दयानंद महाविद्यालयात 'निंबाळे' नावाचा क्लर्क होता. नेमका तोच माझ्या प्रवेशाच्या वेळी विंडोला होता. त्याने माझ्या नावाची एन्ट्री केली. त्यानं 'जात धर्म' विचारलं. मी 'हिंदू-महार' म्हणून सांगितलं. तसा तो आश्चर्यानं विचारला, "निंबाळे आडनाव महारातही असतं का ?" मी 'हो' म्हणून बाजूला झालो.

मला माझ्या जातीची भीती वाटत होती. माझा वडील, त्याचा धर्म, त्याची जात ही माझी नाहीत. मी तर 'हिंदू महार' म्हणून सवलती घेतोय. मी महार नाही. माझ्या शरीरात एक सवर्णाचं रक्त फिरत आहे — खालून वर. हे माझ्या शरीरातलं रक्त उपसून टाकता येईल का ? मला माझ्या शरीराची घृणा वाटतेय. मी जगतोय, ती वेदना माझी आहे. तितकीच ती या गावकुसाची आहे. या गावकुसातील जीवन

माझं आहे. या जमीनदार वाड्याच्या ओरखड्यानं मी घायाळ झालो आहे.

माणूस जन्मतःच जात कसा घेऊन जन्मतो ? जन्मतःच तो अस्पृश्य कसा असतो ? जन्मतःच तो गुन्हेगार कसा असतो ? इथल्या ब्रह्मानं आपल्या पायातून एका विराट अशा शूद्र समाजाला जन्माला घातलं आहे. त्या समाजानं शूद्र जीवन जगलं आहे. पोटासाठी कोणी चोरी केली, कोणी जोगवा मागितला; तर कोणी मेलेली जनावरं ओढली. हजारो वर्षांपासून ज्याची भाकर छिनून घेतलीय, त्यानी एक वेळच्या भाकरीसाठी चोरी केली, तर त्याचा गुन्हा काय ? त्याचं पोट भरत असतं, तर का केल्या असत्या चोऱ्या त्यांनी ? का सोसला असता क्रूर पोलिसांचा छळ ?

महाविद्यालयात मी पेटत होतो. वणव्यानं दाही दिशा पेट घ्यावा, तसा मी वाढत होतो. अवतीभवती अश्व शक्तीनं चळवळ मूळ धरत होती. आमच्यावरचा अन्याय एक नवा अर्थ सांगत होता. आम्ही एका विराट जाणिवेनं जागे होत होतो.

माझे रूमपार्टनर चौघे. नंदकुमार, मी, भीमराव आणि पंडित. आम्ही कॉलेजला आलो, ते आमचं सत्तर पिढीचं दारिद्र्य घेऊन. नंद्याचा मामा निवृत्ती. तो पोस्टात नोकरी करतोय. त्यानं नंद्याला जुने कापडे दिलेले. नंद्याने त्यातीलच एक शर्ट अन् पँट मला दिलेली. आम्ही ही जुनी कापडे रस्त्यावरच्या टेलरकडून फिट करून घेतलेली. पण मजा काय व्हायाची ? कापडावरची अगोदरची जुनी इस्त्रीची घडी असायाची आणि नव्यानं मारलेल्या इस्त्रीची परत दुसरी घडी पडायाची. शर्ट-पँटवर दोन दोन इस्त्रीच्या घड्या दिसायाच्या. त्यामुळं विचित्र वाटायचं. पण अंग झाकण्यासाठी घालणं भागच होतं.

कॉलेजच्या चैनीच्या विश्वात आमची गरीबी रमायची नाही. गरीबीचं दुःख फार गहिरं असतं. दुःखच माणसाला अमर्याद करतं. दुःख माणसाला माणूस म्हणून उभं करतं. ज्याच्या दुःखाची नाळ कणखर आहे, तो माणूस अविचल असतो. दुःखाची अठरा विश्वं अंगा-खांद्यावर खेळवत आम्ही शिक्षण घेत होतो.

चहाला पैसा नसायचा. परिस्थिती अंतर्मुख करायची. आमच्यासारखे अनेक दलित विद्यार्थी आहेत. हे दुःख माझं एकट्याचं नाही. आम्ही जात्यातील दाण्यासारखे जगायचो.

सोलापुरातच शेवंताला दिलेलं. बकाल झोपडपट्ट्या आणि फाटकी माणसं. आणि या झोपड्यालगत असलेल्या बंगल्यात शेवंता भांडी घासायाची. ऐन उभारीच्या वयातील शेवंता खुरटली वाटायची आणि बंगल्यातील पन्नास वर्षांची स्त्री टवटवीत दिसायची. शेवंताच्या चेहऱ्यावरचं तेज कुणी विकत घेतलंय ? या सूर्यफुलाचं फुलणं कुणी चोरलंय ?

शेवंता रस्त्यात भेटली, की मला दहा पैसे द्यायची. ती म्हणायाची, "तू रस्त्यात भेटलाच. तुला इथं कशी चहा पाजू ? हे दहा पैसे घे अन् माझ्या नावानं

चहा पी.'' शेवंताच्या चेहऱ्यावर मी इतिहास वाचायाचो. ती निघून जायाची. मी हॉस्टेलवर परत यायचो.

हॉस्टेलवर अनेक गावची मुलं असायची. त्यांच्या विविध सवयी असायच्या. आम्हीही यात भाग घ्यायचो. मी आणि नंद्या नागवे व्हायचो आणि सर्वांच्या रूम्सना भेटी द्यायचो. त्यांच्या अडचणी विचारायाचो. आमचं नागवंपण म्हणजे हॉस्टेलची मनमुक्त करमणूक. सर्वजण खळाळून हसायाचे. न्हालेल्या बाईच्या मोकळ्या केसागत हे हसणं मोकळं असायचं.

मी अन् नंद्या सायकलीवर डब्बलशीट गावी जायचो. तो अर्धं आणि मी अर्धं भाडं भरायचो. दादा नशेत स्टँडमध्ये झुलत होता. लोक त्याची टर उडवत होते. संतामाय स्टँडबाहेर तंबाखू खात बसली होती. मी सायकल स्टँडला लावली. मी आल्याचं दादाला कळलं. दादानं नाटक थांबवलं. मला वाईट वाटत होतं. आपण उगीच गावी आलो. आपल्या डोळ्याआड कसे का जगेनात ? आपलं कॉलेज बरं अन् हॉस्टेल बरं. परत सायकलवर टांग टाकावी, आल्या पावली निघून जावं वाटायचं. संतामायनं मला जवळ घेतलं. माझा मुक्का घेतला. तोपर्यंत दादा चहा घेऊन आला. नशेनं त्याची डोळे लाल झाली होती. त्याचा गुडगा फुटला होता. मी आणि नंद्या अर्धा अर्धा कप चहा पिला.

दादा सडकेवर बस उभारल्यासारखा उभारला. त्यानं दंड ठोकले. जोरात ओरडला — ''माझा वाघ आलाय रे ऽऽ.'' सडकंवर टाकलेल्या खडीतून त्यानं दोन-तीन दगड घेतले. माझं मला काहीच कळत नव्हतं. संतामाय इतक्यात उठली. तिनं त्याच्या हातातील दगडं हिसकावून घितली. ''काय नाटक लावलायाच, लेकरू आलंय.'' दादाबी थंड झाला. चहाची कपबशी घेऊन गेला. संतामाय तक्रार करत होती — ''ह्येनं पिऊन असंच करू लागलाय. झालेल्या हमालीची दारू पितूया. मला उपाशी मारतूया.'' मी तर दादाला आवरू शकत नव्हतो.

मी मसामायकडं गेलो. तिनं चहाचा कप द्यावा तसा दारूचा कप दिला. दारू पिली. काका आणि त्यांची दोस्त कंपनी गांजा ओढत बसली होती. त्यांनी माझी चौकशी केली.

दादा चोरून दारू पिण्यास यायचा. संतामाय त्याला भांडायाची. काका चार-पाच गोंधळी घेऊन गांजा ओढत बसलेला. राम पुजारी गांजाचा जोरात झुर्का घेऊन दादुन्याकडं देयाचा. दादुन्या पांडुरंगकडं. चिलीम चार पाच जणात फिरत राहायाची. काका हाती चिलीम घेतला, की चिलमीला गुंडाळलेलं कापड काढायाचा. पाण्यात भिजवायाचा. चिलमीला पाणी पाजायाचा. गरम झालेली चिलीम थंड व्हायाची. कापड पिळून परत चिलमीला गुंडाळायाचा. चिलमीच्या तोंडावर बोटं ठिवून उघडझाप करीत

काका दम मारायाचा. मलाही एक दम देयाचा. माय नको म्हनायाची. काका 'ओढू दे' म्हनायाचा. मला ठसका लागायाचा. कोरे धर्माण्णा 'धूर गीळ' म्हनायाचा. राम पुजारी ॐ म्हनून दम घेयाचा.

सर्वांच्या बेधुंद नजरा, लालबुंद पेटलेली चिलीम, तोंडातून निघणारा धूर आणि मसामायनं हासडलेली शिवी यामुळं वातावरण वेगळंच वाटायचं.

मी फार दिवसानं गावी आलो होतो म्हणून संतामायनं अंड्याची आमटी केली. मी, दादा, संतामाय जेवत होतो, तोच शेवटची बस आली. दादा जेवणाचं ताट बाजूला ठेवला. हमालीसाठी निघून गेला. मी आणि संतामायनं जेवण केलं. संतामाय पान-तंबाकू खात बोलत बसली. "नागीचं काय बरं न्हैय. बिघडल्याय. थोरल्या पाटलाच्या पोरासंगं जात्याय."

मी, दादा, संतामाय स्टँडमागं मोकळ्या मैदानात झोपलो. मला नागीचा भविष्यकाळ बेचैन करीत होता. तिचा नवरा तर बेपत्ता. नागी आता वयात आलेली. तिचं पाऊल वाकडं पडत होतं.

पहाटेला जाग आली. पायथ्याशी असलेली चंपी कुत्री भुंकत पळाली. मी उठून पाहिलं, एका मुलीची पाठमोरी आकृती अंधारात नाहीशी होत होती. कुत्रीनं भुंकून पाठलाग केला. ती नागी होती. नागीचा आवाज ओळखून कुत्री परत आली. मी उठून बसलो. थोड्या वेळानं पाटलाचा चंदू हळूच निघून गेला.

मी त्या वेळी स्वत:ला इतकं कसं आवरलं, हे आजही कळत नाही.

मी अन् नंदू गावातून चाललो होतो. आमची नागी थोरल्या पाटलाच्या चंदूबरोबर बोलत उभी होती. नागीला मी घरी बोलावून आणलो आणि मारण्यास सुरू केलं. मी संतापानं अनावर झालो होतो. मी गावाविरुद्ध झगडत होतो, स्वाभिमानानं पेटत होतो; पण नागी मात्र मला खाली बघण्यास भाग पाडत होती.

शेजारीपाजारी जमले. मसामायला नागीचं वागणं गैर वाटत नव्हतं. महादेवी मावशीनं मसामायला इच्चारलं, "शरणू का मारतूय ?" मसामाय संतापानं म्हणाली, "त्येला निजू देत न्हाय म्हनून मारतूया."

माझं आन् मसामायचं भांडणं लागलं. काका भांडणात पडला. मी मसायच्या अंगावर गेलो. मसामायला कचाकचा तुडवावं वाटत होतं. मसामाय रडत होती. काका खवळला. "तुला काय करायचंय ? माझी मुलगी कशीबी वागू दे. तू आमचा कोणी नाहीस." मला काकाचा द्वेष वाटला. पण काय करणार ? मी सोलापूरला निघून आलो.

□□□

शिवाजी मोरे आमच्या जेवणाची डबे आणायाचा. शिवाजी मला भावासारखा वाटायाचा. गावाकडील गोष्टी सांगायाचा. गावात कुणाची भांडणं झाली, कोण मेलं, कोण बाळंत झालं, खड्ड्याच्या पगारी झाल्या की नाही, घरचा निरोप अशा अनेक गोष्टी सांगायाचा.

त्या दिवशी शिवाजीनं बाळ्याची पत्नी पळून गेल्याचं सांगितलं. मला वाईट वाटलं. बाळ्याची बायको मुंबईची. बाळ्या मुंबईला कमवाय जाऊन तिकडूनच लग्न करून आला होता. बाळ्यानं आपल्या बायकोला फसवलं होतं. बाळ्याची बायको मराठ्याची, बाळ्या महाराचा; पण त्यानं जात चोरून ठेवलेली. 'मी मराठा आहे. गावी जमीन व वाडा आहे' अशा थापा मारून लग्न केला होता. बाळ्या बायकोला घेऊन गावी आला, तेव्हा त्यानं रस्त्यात असलेला गिरमल्लाचा उसाचा मळा 'हा माझा मळा' म्हणून दाखवला आणि मारवाड्याची माडी 'ही आपली माडी' म्हणून दाखवली. शेवटी तिला आणून झोपड्यात उभं केलं, तशी ती रडू लागली. बाळ्याला शिव्या देऊ लागली. बायांनी बाळ्याच्या बायकूला दम दिलं आणि वटणीवर आणलं.

बाळ्याचे मायबाप लेका-सुनंला घरात सोडून तक्क्याला निजाय जायाचे. एक दिवस पहाटेच उठून बाळ्याची बायको संडासला गेली. बाळ्या घरात झोपलेला — निवांत, ऊन पडेपर्यंत. त्याची आई त्याला उठवली, तेव्हा त्याला आपल्याजवळ बायको नसल्याचं कळालं. बाळ्याची बायको काही सापडली नाही. सापडला तिनं नेलेला तांब्या. घरामागं.

□□□

हॉस्टेलमध्ये सर्व दलित विद्यार्थी. हॉस्टेल छावणीसारखं वाटायचं. मनात एक प्रचंड संघर्ष थैमानत होता. मी नमस्कार म्हणायचं सोडलं. 'जयभीम' म्हणू लागलो. मी आंबेडकर म्हणायचं सोडलं. बाबासाहेब म्हणू लागलो. माझ्या तारुण्याईला अर्थ मिळाला. रक्त शरीरभर लाव्हासारखं उसळायचं. विचार अराजक शांततेत भडकत राहायाचे. बाबासाहेबांचा पुतळा पाहिला, की सातजन्मीच्या आईना भेटल्यागत व्हायचं. अन्याय-अत्याचाराच्या बातम्यांनी जळायचो. अस्वस्थ व्हायचो.

माझी मानलेली एक बहीण होती. तिचं नाव सुमन. आडतीवर कामाला जायची. तिचा नवरा हातगाडी ओढायाचा. दोन मुलं होती. सुमन नाकीडोळी नीटस. तिची अनेक लफडी. नवरा भोळा. ती एकेका प्रियकराबरोबर पळून जायाची. मी समजावून परत आणायाचा. एकदा ती खानावळीतल्या भट्टीवाल्याबरूबर पळून गेली. पुढं एकदा भेटली, तर दुसऱ्याबरोबरच. पाच-सहा महिने हवा खाऊन परत नवऱ्याकडं

येयाची. एकदा ट्रक ड्रायव्हरनं तिला पळवून नेलं. लहान मुलांना हातगाडीवर बसवून तिचा नवरा हातगाडी ओढत जायाचा. मी दिसलो, की थांबायाचा. नमस्कार करायाचा. मुलं मला 'मामा, मामा' म्हणायाची. माझ्याकडं त्यांच्या हातावर ठेवाय पैसे नसायाचे, या मुलांच्या कपाळावर सटवीनं काय लिहलंय, कुणास ठाऊक ? हे विधिलिखित वाचता येतं का ? बाळाच्या पाचव्या दिवशी सटवी येते आणि त्याच्या कपाळावर नशीब लिहून जाते. कपाळाचं मांसविच्छेदन केल्यास दिसतील का ही अक्षरं ! का हे सगळं थोतांड आहे ?

□□□

नंद्या अन् मी सोनूच्या घरी जायाचो. सोनू नंद्याची आजी. झाडूवाली होती. ती भाकरी मागून आणायाची. तिच्या घरात भाकरीचे तुकडेच तुकडे टोपले भरून असायाचे. अनेक दिवसांचे तुकडे वाळलेले, बुरशी चढलेले, वास मारणारे. सोनुआजी घरी गेल्यानंतर 'जेवा' म्हणायाची. भाकरीची दुर्डी आमच्यापुढं ठेवायाची. आम्हालाही भूक लागलेली असायाची. मग मी अन् नंद्या तुकडे मोडत बसायाचो. तुकड्याची बुरशी हातरुमालानं पुसायाचो. खायाचो.

सोनूआजीच्या शेजारी जनाबाई नावाची झाडूवाली होती. आम्ही सोनूच्या घरी गेलो की बसायाचो. बोलायाचो. लग्नाच्या, नोकरीच्या गप्पा निघायाच्या. 'मी हुंडा घेणार नाही, आंतरजातीय विवाह करणार' वगैरे वगैरे आमचा विषय असायाचा. जनाबाईच्या बहिणीची एक लग्नाची मुलगी होती. जनाबाईला मी आवडलेला. तिनं तिच्या बहिणीची मुलगी मला दाखवायाचं ठरविलं.

त्या दिवशी मी दुपारगुडेचे कपडे घातलो. मी आणि नंद्या मुलगी बघण्यासाठी निघालो. मला आनंद झाला होता — आता आपण आपली भावी पत्नी पाहणार म्हणून. जनाबाई तिच्या बहिणीच्या मुलीला आणणार होती. मी, नंद्या गेलो, तेव्हा जनाबाई खराटा बांधत बसली होती. सोनूआजी नव्हती. सोनूचा मुलगा, नंद्याचा काका मात्र होता. त्यानं दारू पिलेली. आम्ही त्याच्या जवळ जाऊन बसलो. नंद्या त्याच्या काकाशी बोलत होता. मला दारूचा वास येत होता. सोनू आली. नंद्यानं जनाबाईला 'मुलगी आली नाही का ?' म्हणून विचारलं. तशी ती उद्वेगानं बोलू लागली, "आमच्या डोईवरचा पदूर खाली पडला न्हाय. आमचं घराणं बारामाशी हाय. चांगला पावनपना पायजे. आमाला असलं-तसलं चालत न्हैत. पोरगं चांगलं आसलं म्हनून काय झालं ?" मी अक्करमाशी म्हणून तिला कळालं होतं. जनाबाईचं बोलणं काळजाला झोंबत होतं. चौकात उभं करून फटके मारल्यावानी वाटत होतं.

तिथंच नंद्याचा काका मऱ्याप्पा बसला होता. त्याला हे कळालं. त्यानं जनाबाईला खवळलं. "आपल्या बुद्ध धर्मात अक्करमाशी बारामाशी न्हाय. मी देतो यांना माझी मुलगी !"

मऱ्याप्पाचं ते बोलणं बुद्धाला संबोधी प्राप्त झाल्यानंतर बोललेल्या शब्दापेक्षाही मला मूल्यवान वाटलं.

□□□

शिवाजी मोरेनं त्या दिवशी मला बाहेर बोलावलं. काही तरी खाजगी निरोप असला, की शिवाजी मला बाजूला बोलवायाचा. शिवाजी म्हणजे आमचा वार्ताहरच. आमचा निरोप गावी पोचवायाचा; घरचा निरोप आम्हाला देयाचा. आमी शिवाजीची देवावानी वाट बघायाचो. शिवाजीच्या सायकलची घंटा वाजली, की जिवात जीव यायचा. शिवाजीनं बाजूला बोलवून हळूच सांगितलं — "नागीचं थोरल्या पाटलाच्या चंदूसंगं लगीन झालंय. तुळजापूरला जाऊन त्येनी लगीन करून आलंय !" मी काळजीत पडलो. नागीचं लग्न झालं. चांगलं झालं. पण हे लग्न टिकणार का ? नागीचं कसं होईल ? दोघं सुखानं संसार करतील का ? गाव या लग्नाला काय म्हणत असेल ?

संतामाय पुढल्या आठवड्यात मला भेटण्यास आली. तिनं प्रथम नागीच्या लग्नाबद्दल काहीच बोललं न्हैय. मी गावी येऊ नये म्हणून ती आली होती.

संतामाय वृद्ध स्त्री. सदैव तंबाकू चघळत असायाची. अंगावरची लुगडी-चोळी ही फाटलेली. आता संतामायला रूमवर कसं नेयाचं ? संतामाय गोरी, चांगल्या कपड्यात असती, तर रूमवर नेता आलं असतं. मला संतामायची लाज वाटत होती. पुढून कॉलेजचे मित्र आले, की मी संतामाय आणि माझ्यात अंतर ठेवून चालायाचो. जणू ही दरिद्री बाई माझी कोणी नाही, असं भासवायाचो. संतामाय माझी सारखी विचारपूस करायाची. मी बोलत नव्हतो. संतामाय ताट असती, तर पोटात लपवून घेतलं असतं !

संतामायला मी कलावतीआत्याच्या घरी नेलो. कलावतीआत्या ही निवृत्तीमामाची बायको. आम्ही जेव्हा जाऊ, तेव्हा हसून स्वागत करायाची. आमचा तिला कंटाळा यायचा नाही. कलावतीआत्याला एकापाठोपाठ सात पोरीच झाल्या. मुलगा नाही म्हणून आत्या-मामा नाराज असायाचे. संतामाय आत्याच्या घरी एक दिवस राहून गेली.

दुसऱ्या दिवशी मी आत्याच्या घरी गेलेलो. आत्या आपल्या मुलींना दारात घेऊन बसलेली. मीही त्यांच्यात मिसळलो. आत्यानं मला केव्हाच परकं मानलं न्हाय.

मला केव्हाच कंटाळली नाही. सुमन खेळत होती. तिनं आत्याला विचारलं, "आई, संतामाय मुसलमानाची आहे का ?"

तिचा प्रश्न बरोबर होता. कारण संतामाय कुंकू लावत नव्हती. पण आत्याला सुमनचा राग आला. संतामायला मुसलमान म्हणणं म्हणजे तिचा धगूड काढणं. आत्यानं सुमनला बडवून काढलं. त्यात सुमनची काय चूक होती ?

□□□

राखीव सवलती बंद होणार म्हणले, की मी घाबरायाचो. सवलती बंद, तर आम्हाला दलितस्थान द्या. राखीव जागा आहेत म्हणून आम्ही शिकलो. सवलती आम्हाला वडिलासारख्या वाटतात. सवलती नसत्या, तर आम्ही महाविद्यालयात शिकू शकलो नसतो. या वयात गावची जनावरं वळून आई-वडिलाच्या संसाराला मदत करायाची असते; पण आम्ही शहरात शिकत आहोत. आई-वडील मर मर राबत आहेत. त्यांचे श्रम, भूक व आशा मला पानोपानी दिसत आहेत. संतामायचा जोगवा, दादाची हमाली ध्यानात येते. गावी आमच्या माय-बहिणीचा कोणी छळ केल्याचं कळालं, की अभ्यासात मन लागत नाही.

कॉलेज सोडून जावं. कुदळ, फावडं खांद्यावर घ्यावं, आईबापाला मदत करावी, ही आमची धारणा व्हायाची. एकोणीसशे अठ्ठ्याहत्तर साली आमी आमच्या महारवाड्यातून दोघे ग्रॅज्युएट होतो, तेव्हा आमच्या वयाची सर्व पोरं शेतमजूर म्हणून राबत असतात. सवलती बंद करा म्हणणाऱ्यांनी अगोदर जातीयता बंद करावी. अस्पृश्यांचं जीवन जगावं. गावाबाहेर येऊन राहावं. दारुड्या बापाच्या पायथ्याशी उपाशी बसून अभ्यास करावा. त्या वेळी मात्र आमच्यावर अन्याय होतो म्हणून ओरडू नये. आम्हाला माणूस म्हणून का स्वीकारत नाही ? आम्हाला तुम्ही शत्रू वाटता. तुमचा संशय येतोय. माझ्या वयाची सवर्ण मित्रमंडळी मला 'अरेतुरे' करायाची; पण मी मात्र 'अहोजाहो'चा सूर सोडायाचा नाही. माझ्या जिभेभवताली अगणित मनूचे कायदे आहेत. बायकोच्या थोबाडावर उगारलेला हात इथं मात्र लुळा पडतो.

जेव्हा मी उन्हाळ्याच्या सुट्टीत गावी येयाचा, तेव्हा मला करमायाचं नाही. घरातील घाण सहन व्हायाची नाही. पडीक गावात मन रमायाचं नाही. मी उदासवाणा राहायाचा. केव्हा केव्हा दारू आणाय जायाचा. नागी-चंदू आता संसार करत होते. चंदूच्या वडिलानं त्याला घराबाहेर काढलेलं. चंदू आमच्याच घरी राहात होता. जेवण मात्र तो आपल्या घरी करून यायचा. नागीसाठी दोन-चार भाकरी चोरून आणायाचा. नागीला दिवस गेले होते. निरमीला वर्सा सहा महिन्यात वटी येईल. तिच्याही लग्नाचा

प्रश्न होता. संतामाय माझंही लग्न व्हावं, म्हणत होती.

मी सोलापूरला निघालो, की संतामाय डोळे भरून पाणी आणायाची. माझ्यासाठी तेल लावून चपात्या करायाची. दादा हमालीतले पैसे जमा करून मला आडखर्चासाठी देयाचा. बसमध्ये निरमी-वनी शिरून जागा धरायाच्या. मी खिडकीजवळ बसायाचो. संतामाय, मसामाय खिडकीजवळ उभ्या असायाच्या. बस माणसांनी भरलेली असायाची. दादा हमाली वर चढवत असायाचा. कंडक्टर तिकीट देत असायाचा. संतामाय मला परिस्थितीची जाणीव करून देयाची. दारूचं गिऱ्हाईक आलं म्हणून मसामाय निघून जायाची. दादा पाटी बदलायाचा. पाणी घालायाचा. बसमध्ये हमालीचे पैसे मागण्यासाठी येयाचा. माझ्याजवळ येऊन थांबायाचा. कंडक्टर दादाला 'खाली उतर; वेळ झालीय' म्हनायाचा. दादा मला निरोप देयाचा. "आमची काळजी करू नको. अभ्यास कर. मी तुला काही कमी पडू देनार नाही." बसमधील सर्व प्रवाशी माझ्याकडं व दादाकडं पाहायाचे. मला लाज वाटायाची. हमाल्याचा नातू म्हणून लोक बगत आहेत. कंडक्टरनं आता बेल मारावी, बस निघावी, वाटायचं. फाटकी संतामाय, निरमी, वनी ताटकळून उभ्या असायाच्या. आवरलेले अश्रू आपोआप डोळ्यांत गच्च भरून येयाचे. कंडक्टर बेल मारायाचा. बस निघायाची.

दादा, संतमाय, निरमी, वनीनं निरोपाचा हलवलेला हात कितीतरी वेळ माझा पाठलाग करीत असायाचा.

□□□

मराठवाडा विद्यापीठाला डॉ. बाबासाहेब आंबेडकरांचं नाव मिळावं म्हणून दलित पँथर्सनी विधान भवनावर मोर्चा काढला होता. या मोर्च्यासाठी महाराष्ट्रातून हजारो पँथर्स आले होते. आम्ही सोलापूरहून हजार पँथर्स मुंबईला आलो होतो.

विराट चळवळ सूर्यासारखी दिसत होती. संघर्षाची, संघटनेची जाणीव होत होती. आमच्या मोर्च्यावर लाठीहल्ला झाला. मुंबईभर धावपळ झाली. अनेक कार्यकर्त्यांना अटक झाली. आमचे हाल झाले. पोलिसांनी सर्वत्र नाकेबंदी केली होती.

दुसऱ्या दिवशी मी राणी लक्ष्मी मंडईला गेलो. तिथे सूर्या, धर्मा होते. मुंबईत मी प्रथमच आलेला. सूर्या-धर्माचा शोध घेत मंडईत थांबलो. पण त्यांना मी कसा ओळखणार ?

सूर्या-धर्मा वडील मेल्यानंतर मुंबईला नशीब काढण्यासाठी आले होते. त्यांचं लग्नही झालं होतं. धर्माला मुलं पण झाली होती. ते भायखळ्याला राहात होते. राणी लक्ष्मी मंडईत हातगाडी ओढायाचे. हमाली करायाचे. मी त्यांना लहानपणी पाहिलेला.

तीच चेहरापट्टी माझ्या डोळ्यांपुढं. प्रत्येक हातगाडी ओढणारा सूर्या धर्मासारखा दिसतो का, म्हणून पाहायाचो. प्रत्येक हमाली करणाऱ्या माणसात मी माझ्या भावांना पाहिलं; पण ओळखता आलं नाही. एक दोघांना हटकलं. काही ठिकाणी चौकशी केली; पण सर्वत्र कानांवर हात. सूर्या-धर्माची भेट होऊ शकली नाही. भेट झाली असती, तर त्यांनी मला ओळखलं असतं का ? भावासारखं वागवलं असतं का ?

आज वयाची पंचवीस वर्षं उलटताहेत; पण मी माझ्या भावांना ओळखू शकत नाही. वडिलाला नाही. हे सर्व जिवंत आहेत. आम्ही एकाच बसनं प्रवास केला, तर आम्ही एकमेकांना अनोळखी वाटूत. हा प्रवासच असा आहे. आमचे डोळे बांधलेले आहेत. आम्ही भरकटत आहोत.

□□□

शिवाजी मोरेनं त्या दिवशी परत एक निरोप आणला होता. संतामाय नंद्याच्या बहिणीसाठी मागणं घालणार होती. नंद्या अन् मी पहिलीपासून बी. ए. पर्यंत शिकलो. एका ताटात जेवलो. एका तांब्यात पाणी पिलो. एका अंथरुणात झोपलो. नंद्याची माय मला कित्ती माया करायाची ! मित्राची बहीण पत्नी म्हणून मिळणार याचा मला किती आनंद झाला होता ! पण दुसऱ्या दिवशी शिवाजीनं वेगळंच सांगितलं. ते काळजाला भोकं पाडणारं होतं. नंद्याच्या आई-वडीलांनी मला नाकारलं होतं. मी कडू ना ! ही माणसं माणसापेक्षा रूढीवर जास्त प्रेम करतात.

इथल्या संस्कृतीचा मला द्वेष वाटतो. रूढीचा भयंकर राग येत होता. पण मूग गिळण्यापलीकडं माझ्या हातात काय होतं ? मी अपमान गिळला. मला लग्न असह्य वाटू लागलं. एखादी मुलगी पाहायाचं म्हटलं, की अंगावर तेजाबाचा शिडकावा उडाल्यागत वाटायाचं. अशा डागण्या नको वाटायाच्या. त्यापेक्षा आजन्म अविवाहित राहिलेलं परवडायाचं.

तसं नंद्याचं घर म्हणजे अराध्याचं घर. नंद्याची आजी तुकाव्वा आराधीण होती. देवाला मुलं वाहण्याची प्रथा ही मागासवर्गीयांतच आहे. अंबाबाई, यल्लम्मा, लक्ष्मी, खंडोबा ही महारा-मांगांची अराध्य दैवतं. मसोबा, मऱ्याई, खोकल्याई, सटवाई या नावांची यादी वाढवता येईल. एखाद्याला मूल होत नसेल, तर ते देवाला नवस मागतात. अंबाबाईला नवस केला अन् मुलगी झाली, तर तिचं नाव अंबाबाई ठेवतात अन् मुलगा झाला तर अंबादास. आपल्या मुलांना अराधी म्हणून अंबाबाईला सोडतात. लक्ष्मीला नवस बोलला अन् मुलगी झाली, तर तिचं नाव लक्ष्मी अन् मुलगा झाला, तर त्याचं नाव लक्ष्मण ठेवतात. लक्ष्मीला पोतराज सोडतात. खंडोबालाही मुलं

वाहण्याची पद्धत आहे. मुलाला वाघ्या आणि मुलीला मुरळी म्हणून खंडोबाच्या नावावर सोडतात. यल्लाम्माचे जोगत्या आणि जोगतीण असतात. मी कधीच ब्राह्मणाचा पोतराज पाहिला नाही की लिंगायताचा वाघ्या. महारा-मांगांनाच ह्या रूढी का ?

देवाला वाहिलेल्या स्त्रीचा विवाह हा होत नाही ? तिचा विवाह देवाशी झालेला असतो. पण देवदासी मर्जीच्या पुरुषासंगं ओटी भरून संसार करते. देवदासीच्या संतानाला कडू वेल म्हणतात. त्यांना बलुतं नसतं. देवाच्या नावावर भीक मागून जगायाचं असतं.

आराधीण म्हणजे अंबाबाईची भक्तीण. तुळजापूरला जाऊन तिचे पट्ट बसवतात. तिला गुरू करतात. गुरू हातात परडी, पोथी देतो. तिला शपथ घालतो — "खरं बोल. खोटं बोलू नको. लांडीलबाडी करू नको." आणि बाई पद्धतशीरपणे आराधीण म्हणून जगू लागते. संतामायच्या हातातही परडी आहे. चंदामायची दोस्तीण सटवामाय हिच्याही हातात परडी आहे. नंद्याचा काका ग्यानबा मामा परडी धरलाय. परडी पिढ्यान्पिढ्या पुढं चालवायाची असते.

आमचा महारवाडा जसा तुळजापूरला जातोय, तसा चिवरीच्या लक्ष्मीलाही. मी एकदा अंबाबाईच्या विरोधात बोललो, तर संतामाय संतापानं लाल झाली. तिनं मला शाप दिला — "तू आंबाबाईला वाईट बोलतूच, तर तुझं कधी बरं व्हनार न्हाय. तू किडे आळ्या पडून मरचील." आमच्या महारवाड्यात तीन आराध्यांची घरं आहेत. पाच-सहा पोतराज आहेत. संभूबापाचा पहिला मुलगा आप्पाशा पोतराज होता. पण तो मेला. देवाला वाहिलेला माणूसही मरतो. आप्पाशा मेला म्हणून मशाला पोतराज सोडलं. पण मशानं डोईवरचे केस कापले. देवाचे केस कापले म्हणून मशाची छीथू झाली. मशाला फेफऱ्या येयाच्या. त्याला फेफऱ्या आल्या, की लोक म्हणायाचे — "लक्ष्मी छळू लागली."

दर वर्षी चिवरीच्या यात्रेला आम्ही जायाचो. चिवरीच्या डोंगरात गेलं, की संतामायच्या अंगात येयाचं. ती ओरडायाची आणि पळत सुटायाची. देवीच्या मंदिरात जाऊन दर्शन घेतल्याशिवाय ती थांबायाची नाही. ती पुढं पळायाची. तिच्यासाठी दादा, निरमीची व माझी पळून पळून दमछाक व्हायाची.

चिवरीच्या लक्ष्मीचं मंदिर अनेक डोंगरांच्या कुशीत आहे. हा डोंगराळ भाग यात्रेच्या वेळी गजबजलेला असायाचा. सर्वत्र अनेक बैलगाड्या सोडलेल्या. यात्रा भरलेली. हजारो पोतराज हलग्या वाजवत फिरत असायाचे. त्यांचा रंगरंगोटी केलेला चेहरा आणि त्यांनी 'आई धावऽ आई धाव ऽऽ' म्हणून मारलेली आरोळी भेसूर वाटायाची. मनाचा थरकाप व्हायाचा. बिनहिशोबी कोंबडे, बकरे आणि हालगटांचा

बळी दिला जायाचा. देवीच्या देवळापुढं रक्ताचा चिखल साचलेला. मंदिराच्या अंगणात पोतराज हलगी वाजवत असायाचे आणि त्या तालावर दिवसभर दहा-बारा स्त्रिया अंगात येऊन नाचत असायाच्या. विद्रूपपणे ओरडायाच्या. घुमायाच्या. त्यांचे वेडेवाकडे अंगविक्षेप बघवायाचे नाहीत. हालगी वाजवणं बंद झालं, की हालगीवाल्याच्या अंगाला झोंबायाच्या.

बाया वाजत-गाजत दंडवत घेयाच्या. नव्या पोतराजाचा पट्ट बसवला जायाचा. देवीच्या देवळावरून लहान मुलांना फेकलं जायाचं. खाली मुलांना चादरीमध्ये झेलायाचे. हा नवसच असायाचा. कोणी मुलाचं जावळ काढायाचं; कोणी नाव ठेवायाचं. अनेक नवस येथे फेडले जायाचे; परत नव्यानं बोलले जायाचे. सर्वत्र चुली पेटलेल्या असायाच्या. सोललेल्या बोकडांची धडं गाडीला टांगलेली असायाची.

चिवरीचा पाटील पहिल्या दिवशी पहाटे मानाच्या हल्ल्याचं तलवारीनं मुंडकं धडावेगळं करायाचा. नंतर पाडेवार शंभर-सव्वाशे हल्यांना तोडायाचे. एका ओळीत बळी पडलेल्या हल्यांना पाहवायचं नाही. जिवंत बोकूड सोलून देवीपुढं चालवला जायाचा. तासातासाला नव्या नव्या अंगात येणाऱ्या स्त्रिया सैरावैरा धावत मंदिराकडं येयाच्या. तिच्या पाठी तिचे नातेवाईक पळत असायाचे. देवीचा अंगारा लावला, की बाई शुद्धीवर यायची. जर शुद्धीवर आली नाही, तर बाईच्या अंगात देव नसून भूत आहे म्हणायाचे. दत्तूमामाच्या बायकोच्या अंगात येयाचं. अंगात आलं, की दत्तूमामा पाय बांधून बायकोला मारायाचा. दोघांची झटापट व्हायाची.

कदेरच्या पाटलाची रांड फार गोरीपान होती. शेंदरावानी. वाघाच्या जिभेसारखी. तिच्यापाठी पाच-सहा गडी पाठराखणीला असायाचे. तिच्या अंगात आलं, की थयथयाट करायाची. तिच्यापुढं हलगी वाजवून भल्या-भल्यांची दमछाक व्हायाची. तिची कंबर धरणाऱ्याची धांदल व्हायाची. ती नाचताना निऱ्या निसटायाच्या. तिचं लुगडं फिटू नये म्हणून गडी वारंवार तिच्या निऱ्या खोवण्याच्या कामावर असायाचा. निऱ्या खोवताना तो पार खाली हात घालायाचा. मायअंगाला शिवायाचा. ही शिवाशिवी बाईच्या लक्षात आली. बाई घुमतच गड्याला शिव्या देऊ लागली — "हात् माझ्या हाट्या. वल्लं बिंदचाट्या." ही कथा दत्तूमामा मटण शिजेपर्यंत आमच्या गाडीखाली सांगत राहायाचा. आम्ही खळाळून हसायाचो.

लक्ष्मीची यात्रा झाल्या दुसऱ्या दिवशी सर्वजण निघून जायाचे. कोणी देखील राहायाचं नाही. कारण दुसऱ्या दिवशी भुताची यात्रा भरी. रात्रीला भूतं यायचे. वेताळाची पालखी येयाची. सांडलेलं रक्त रात्रभर चाटायाचे. नाचायाचे. कोणी माणूस गवसला, तर त्याची मान मोडायाचे. माझा या गोष्टीवर विश्वास बसायाचा नाही. तेव्हा संतामाय मला मागं घडलेली घटना सांगायाची.

"एकदा तुझ्यासारखेच तिघे भूताची यात्रा पाहण्यासाठी थांबले होते. एकटा झाडावर चढून बसला; तर दुसरा देवळात लपून बसला. आणि तिसरा देवळापाठी उभा राहिला."

रात्री बाराला भुताच्या एकेक पालख्या येऊ लागल्या. डोंगरात सर्वत्र दिवेच दिवे दिसू लागले. झाडावर चढून बसलेला माणूस घाबरून खाली पडला. मरण पावला. भुतांनी गोंधळ केला. त्यांना माणसांचा वास आला. भुतांना माणूस मारायाचा होता. देवीनं म्हटलं, "पोटचं खा; पर पाठचं नको." देवीच्या देवळात बसलेला माणूस भेदरून मरण पावला. कारण तो देवळात होता म्हणून पोटचं झाला. देवळापाठी असलेला तेवढा बचावला." संतामाय जणू डोळ्यानं बघतल्यासारखी ही कथा सांगायाची. मी म्हणायाचा—"मला पिस्तूल दे. मी थांबतो इथं."

आमच्या गावात तीन भुताळसिद्धाच्या गुड्या आहेत. दोन धनगर वस्तीत; तर एक महारवाड्यात. सणावाराला ढोल बडवतात. राम पुजाऱ्याच्या अंगात देव संचारतो. सारा गाव जमलेला असतो. राम पुजारी वर्षाचा बाजारभाव, पीकपाणी, पापपुण्य, जगबुडी याबद्दल भविष्य सांगतो. दुसऱ्या दिवशी राम पुजाऱ्याला कोणी तंबाकू देत नाही. हा देवमाणूस तंबाकूला महाग होतो. गांजा-दारूत स्वत:ला गुंतवतो.

अमावस्या, पौर्णिमेला या गुडीत भूतं काढली जातात. ज्यांना भूतबाधा झाली आहे, अशी दूरदूरची माणसं आमच्या गावाला येतात. खूप वेळ ढोल बडवला जातो. भूत लागलेली माणसं आरडू-ओरडू लागतात. राम पुजारी त्यांना छडीनं मारतो. अमावास्या भेसूर वाटायाची.

तक्क्यात लहान-लहान मुलं राम पुजाऱ्याचा खेळ खेळत असतात. एका मुलाच्या अंगात देव आलेला असतो. तो राम पुजाऱ्याची नक्कल करून नाचत असतो. दोन मुलं त्याची कंबर धरलेली असतात. काही ढोल बडविण्याचा अभिनय करत असतात. एक चांभार नागाप्पा झालेला असतो. मी खेळाकडे बघत असतो. क्रिकेट खेळणारी शहरातील मुलं कुठं आणि ही कुठं ? ही पिढी अशी बरबाद का होतेय ? शहर-खेड्यात दोन ध्रुवांचं अंतर का ? केव्हा सुधारणार ही खेडी ? हा गावगाडा ? संपणार नाहीत का ही श्रद्धाखोर माणसं ? केव्हा समजेल यांना यांच्याच डोळ्यात यांचंच घातलेलं बोट ? काटगावचं तळं फुटून हा गाव वाहून का जात नाही ?

कोंडीबाप हा मशाचा आजा. आमच्या महारवाड्याचा अविरोध पंच, ज्याला त्याचंच नाव वाचता अगर लिहिता येत नाही. शिवरामच्या हॉटेलात बाहेर ठेवलेल्या कपबशीतून चहा पितोय. गावकऱ्यानं ओढलेली अर्धी बिडी दिली, तर 'जोहार' घालतोय. त्याला काय कळणार आहे सत्तेचं विकेंद्रीकरण ! पंचायत राज्य ! ज्यांना मतपत्रिका वाचता येत नाही, ती कसली शासनकर्ती जमात ? किती चहा पिलेल्या

मतपत्रिका घेऊन शिलबंद होते आहे ही मतपेटी ? कुठल्या सत्तेसाठी ? कुठल्या परिवर्तनासाठी ?

□□□

आमच्या गावी विठोबाचा सप्ता फार चांगला होई. पंढरपूरसारखं आमचं गाव वारकऱ्यानं भरून वाहातं. भारुडं, अभंग, गौळणी, टाळ, मृदुंग यांच्या नादात गाव तल्लीन होतं. त्या दिवशी शिवाजी मोरेनं निरोप दिला. 'गावी सप्त्याला ये' म्हणून सांगितला. तेव्हा माझ्या रूमवर पाच-सहा मित्र आलेले होते. त्यांनीही माझ्या गावी येण्याचा मनोदय व्यक्त केला. आणि आम्ही गावच्या सप्त्यासाठी सायकलीवर निघालो.

माझं घर म्हणजे बस स्टँड. मित्रांना स्टँडमध्ये रांगेत बाकड्यावर बसवलं. चहा पाजला. मित्र म्हणू लागले, "घरी चल." पण मला घरच कुठं आहे ? स्टँडमागं उघड्यावर आजीनं स्वयंपाक केला. एका ताटात आम्ही पाचजण जेवलो. आजी आम्हाला 'एक तीळ सात भाऊ' ही गोष्ट सांगत होती.

रात्री आम्ही भारुडं ऐकली; पण मित्रांना त्यात रस वाटेना. त्यांना झोप येऊ लागली. आम्ही स्टँडवर आलो. संतामाय, दादा झोपले होते. त्यांना उठवलं. बसस्टँडमध्ये वाकळ अंथरली आणि मित्रांना झोपण्यास सांगितलं. स्टँडमध्ये खूप माणसं होती. त्यांची चेष्टामस्करी चालली होती. बाहेरगावाहून सप्त्यासाठी आलेली ही मंडळी होती. ते बसस्टँडमध्ये जमून गप्पा मारत होते. मी मित्रांना घेऊन आडवा झालो. पण झोप कोणालाच येत नव्हती. दुपारगुडे लोकांवर खेकसत होता. गप्प बसा म्हणत होता.

माणसं थोडा वेळ गप्प व्हायाची; परत गोंधळ करायाची. दुपारगुडे परत खवळायाचा. शिव्या देयाचा. मग भांडण पेटलं. एक माणूस वस्ताद भेटला. "तुम्हाला घर नाही का स्टँडमधी झोपाय ? घरी जाऊन झोपा आरामात. इथं आमी बोलणारच. ही सरकारी जागा हाय !" संतामाय मध्ये पडली. सर्वजण शांत झाले.

आम्ही पाच जणांनी एक वाकळ अंथरली व अंगावरून एक वाकळ पांघरली होती. संतामाय, दादा अंथरूण-पांघरूण नसल्यामुळं बाकड्यावर बसून होते.

दुसऱ्या दिवशी मित्रमंडळी सोलापूरला निघून गेली. मित्रांच्या गैरसोयीबद्दल मला वाईट वाटत होतं. मला माझ्या दारिद्र्याची तीव्रतेनं जाणीव होत होती.

त्या दिवशी संतामायनं लवकर चूल पेटवली नाही. रात्रीची एक भाकर शिल्लक होती. एक भाकर मी, संतामाय अन् दादा कशी खाणार ? मला तर भूक

लागलेली. संतामायीनं पिठाचा डबा दाखविला. ''पीठ हाय. भाकरी करते. तू खा. आमची काळजी करू नको.'' मी पिठाचा डबा उचलला. जड वाटला. मला वाटलं, दळून आणलं असावं.

मी जेवण केलं. पोट भरून पाणी पिलं. संतामाय बाहेर गेली. मी पिठाचा डबा उघडून पाहिला. आत पीठ नव्हतं. होता दगड. पिठाचा डबा जड वाटावा म्हणून ठेवलेला.

□□□

निरमी लग्नाच्या वयात आलेली. माझं पण लग्न करायाचं होतं. पण आम्हाला सोयरीक कशी मिळायाची ? दारू पिण्यासाठी कोणी आलं, की मसामाय निरमी, वनीला दाखवायाची. यांना नवरे बघा म्हणायाची. दारूच्या नशेत दारुडे भलतं बोलत राहायाचे. माय एक कप फुकट दारू देयाची. नशा झाली, की मला जवळ बोलवायाचे. ''तू काळजी करू नको. तुझं लगीन आमी करताव. तुला नवकरी लावताव. आमच्या लैय वळखी हैत. पर तू मॅट्रिक पास झालं पायजे.'' मी त्यांना सांगायाचा, ''मी बी. ए. झालोय. आता एम्. ए. करतोय.'' पण दारूडे नशेत बोलत राहायाचे, ''एम्. ए. बी. ए. झालेले लोक बेकार हायेत. त्याचा काय उपेग न्हाय. तू फक्त मॅट्रिक पास होऊन आमच्याकडे ये.''

मसामायची एक दोस्तीण होती. ती मांगाची. तिला पाटलापासून एक मुलगी होती. ती डफावर गाणं म्हणत फिरायाची. माय, काका त्या मुलीला मला करून देतो म्हणायाचे. पण काही शक्य झालं नाही. दारू पिण्यास कोणी गिऱ्हाईक आलं, की त्याच्याकडं 'त्यांच्या गावात पाटलाच्या रांडेची मुलं आहेत का ?' याची चौकशी व्हायाची. तसल्यास तसलंच मिळालं पायजे. हालक्याला हालकी सोयरिक मिळते. दुसरे सोयरसंबंध जोडत नाहीत.

अशा वेळी मला दारूच्या नशेत मुलगी देतो म्हणलेला मऱ्याप्पा आठवायाचा. त्याची मुलगी कशी असेल, याचा विचार करायाचा. मऱ्याप्पा कांबळे हा झेड. पी. चा शिपाई. त्याला अरुण, हरी, राहुल, सुनील अशी चार मुलं व एकच कुसुम नावाची मुलगी होती. मी नंद्याच्या बरोबर नेहमीच सोनूच्या घरी जायाचा.

एकदा मऱ्याप्पा कांबळे सोलापूरला आला होता. त्याच्याकडं दारूला पैसे नव्हते. मी त्याला दारू पाजली. त्याला बार्शीला जाण्यासाठी पैसे नव्हते. गाडीखर्चही मीच दिला. बार्शीला गेल्यानंतर पैसे मनीऑर्डर करतो म्हणून मऱ्याप्पाने सांगितलं होतं; पण त्यानं पैसे पाठवले नाहीत. उलट पुढल्या आठवडी आला, तो शंभर रुपये

उसने मागण्यासाठी. ''माझी पोरगी शहाणी झालीय. तिला उठवायाचंय. पैसे नाहीत.'' मला नुकतीच बी. सी. स्कॉलरशिप मिळाली होती. मी पैसे देऊन टाकले.

पुढल्या महिन्यात मऱ्याप्पा कांबळे जेव्हा मला भेटण्यास आल्याचं कळालं, तेव्हा मी तोंड चोरून पळालो. कारण मऱ्याप्पाला दारू पाजणं, पैसे उसने देणं हे काही शक्य नव्हतं. पण दुसऱ्या दिवशी मऱ्याप्पा कांबळेनी मला गाठलं. त्यानं माझ्या लग्नाची गोष्ट काढली. त्याला त्याच्या मुलीला मला द्यायाचं होतं. मी मुलगी न पाहताच होकार दिला; कारण मला सोयरिक मिळत नव्हती.

कुसुमबरोबर माझा विवाह ठरला, तर आमच्या निरमीला मऱ्याप्पा कांबळेच्या मुलाला म्हणजे हरीला दिलं. मी वेश्येच्या घरी जातो, दारू पितो म्हणून कुसुमला देऊ नये असा सूर मऱ्याप्पाचा मोठा मुलगा अरुण यानं धरला; तर नंद्याच्या आई-वडिलानंही या लग्नाला नापसंती दर्शवली. कारण 'आम्ही कडू आहोत. आमच्याशी सोयरसंबंध करू नये.' पण मऱ्याप्पा कांबळेनं काही एक न मानता आमचं लग्न पक्कं केलं.

बार्शीकरांनी डॉ. आंबेडकरांची चित्रं असलेली लग्नपत्रिका छापली होती; तर काकानी शिवपार्वतीचं चित्र असलेली. लग्न आमच्या गावीच होणार होतं. काका भिंतीवर 'जयभीम, नमो बुद्धाय' लिहू नको म्हणायाचा; ॐ लिही म्हणायाचा.

बारा खणाचा तक्क्या मी आणि निरमीनं सारविला. कोणी मदतीला आलं नाही. हाताची सालपटं निघाली होती. मीच फराऱ्या लावल्या. बुद्ध, फुले, आंबेडकरांच्या प्रतिमा लावल्या. लग्न बौद्ध पद्धतीनं झालं पाहिजे, हा माझा आग्रह; तर काका हिंदू पद्धतीनं लग्न करायाचा हट्ट धरला होता. गावकरी लग्नासाठी जमले होते. ठरल्या वेळेपेक्षा खूप उशीर झाला होता. आम्ही अजून मंगळसूत्र वगैरे बांधण्यात गर्क होतो. तोवर गर्दीतून काकाचा गुरू आला आणि त्यानं अचानक मंगलष्टक सुरू केलं. अक्षता पडल्या. क्षणार्धात सर्व माणसं निघून गेली.

मी माईक हातात घेतला आणि पोटतिडकीनं बोलू लागलो. ''माझं लग्न अजून झालेलं नाही. हिंदू धर्म पद्धतीनं लावलेला विवाह मला मान्य नाही. आम्ही बौद्ध पद्धतीनं विवाहबद्ध होणार आहोत. तेव्हा आमच्यावर ज्यांचं प्रेम आहे, त्यांनी जाऊ नये.'' माझ्या विनंतीला कोणीच मान दिला नाही. पाहुणे तेवढे निर्वासितावानी उभे होते. काका, दादा, संतामाय, मसामाय कोणीच नव्हतं. दादा स्टँडवर हमाली करत होता; तर मसामाय घरात गिऱ्हाइकाला दारू देत होती. आणि मी कुसुमच्या गळ्यात पुष्पहार घालत होतो; हरी निरमीच्या.

लग्नात मला कलावतीआत्यानं एक स्टेनलेस स्टीलचा तांब्या भेट दिला होता. त्याची कित्ती अप्रूप वाटायाची. जर्मलची भांडी वापरण्यास मिळायाची नाहीत. स्टेनलेस

स्टीलचा तांब्या प्रथमच मिळालेला. संतामाय तो तांब्या गुप्त खजिन्यागत कपड्यात बांधून पेटीत ठेवायाची. घरी पाहुणा आला म्हणून किती दिवसानंतर तो तांब्या बाहेर काढला होता. त्या तांब्यानं पाहुण्याला पाणी दिलं.

सुनी जेवताना स्टेनलेस स्टीलचा तांब्या घेऊन बसली होती. मला राग आला. जर्मलच्या तांब्यात पाणी पिण्याचं सोडून तिनं स्टीलच्या तांब्यात पाणी कशाला प्यावं ? मी तांब्या हिसकावून घेतला, पाणी सांडवलं; आणि तांब्या पेटीत ठेवला.

लग्नं झालं; पण बायकोला नांदण्यास पाठवेनात. सासू म्हणायाची — "तुमच्या घरचं वळण ठीक न्हाय. घरात दारूधंदा हाय. दहा तऱ्हेचे लोक येत्येत. आमची पोरगी बिघडील. जवा तुमाला नोकरी लागील, तवा घिऊन जावा. तवर आमाला पोरगी पाठवायाची न्हायी." आता मला नोकरी केव्हा लागणार ? नोकरी नाही लागली तर ? आमच्या घरचं वळण वाईट आहे, तर लग्न का लावलं ? मी कातावून जायाचो. मसामाय म्हणायाची — "तिला नांदवूच नको. असंच राहू दे कुजत." संतामाय म्हणायाची — "लगीन केलंय तर येकदा तर निजून खरा हो." मी बार्शीला जायाचा. प्रत्येक वेळी सासरा दारू पिऊन भांडण काढायाचा. सासू शिव्या देयाची. "तुमी नासके कुजके हाव. तुमाला आमी शुद्ध केलंय. उकिरड्यावर पडल्तो." मला घराबाहेर काढायाचे. सासू खवीस बाई. नेहमी वाईट शब्दानंच मला बोलायाची. मला सासू-सासऱ्याचा राग येयाचा. मी त्यांच्या अंगावर जायाचो. सर्व चाळ जमायाची. आमचा तमाशा बघत राहायाची.

बायकोला नांदण्यास पाठवायाचे नाहीत. बार्शीला गेलो, की घराबाहेर झोपवायाचे. मी भडकायाचो. रात्री सासूला उठवायाचो. वेश्येकडं जाण्यासाठी पैसे मागायाचो. ती खवळायाची. मी चरफडत निजायाचो. वाटायाचं, सासूला टांग्यात घालून पळवून नेलं पाहिजे.

माझा मोठा मेहुणा हा दलित पँथरचा कार्यकर्ता. तो चौकात गप्पा मारत उभा होता. त्यानं माझी सर्व पँथर्सना ओळख करून दिली. आम्ही सर्वजण चळवळीवर बोलू लागलो. इतक्यात दादाचा मामा गुलाम हुसेन हवालदार जवळूनच जात होता. त्यानं मला पाहिलं. सायकल थांबवली. माझ्याशी बोलला. 'घरी ये' म्हणून निघून गेला. पँथर मित्रानं मला विचारलं, "तुमची यांची ओळख कशी ?" मी सहज बोलून गेलो "ते आमचे पाहुणे आहेत." दलित पँथर्सना प्रश्न पडलेला : "गुलाम हुसेन हवालदार हा मुसलमान माणूस. हा लिंबाळेचा पाहुणा कसा ?" सर्वजण मूग गिळाले.

संध्याकाळी माझा सासरा खूप दारू पिऊन आला आणि त्यानं माझ्याशी भांडण काढलं. सासूही माझ्यावर तासून होती. आमचं भांडण लागलं, की माझी बायको गलबलून जायाची. तिला अकरामाशी-बारामाशी हा प्रकार कळायाचा नाही.

मऱ्याप्पा कांबळे नशेत बोलायाचा — ''माझा मुलगा दलित पँथरचा अध्यक्ष हाय. चार चौगात त्येला मान हाय. तुमी त्या मुसलमानाला पावणा म्हणताय ? आमाला खाली मान घालून जगण्याची पाळी आनलाव. तुमी बारामाशी हाव म्हनून सांगितलंय सगळ्यांना. जरा मानमर्यादानं वागा. न्हाय तर आमच्या दाराला पाय टाकू नका.'' मला डागण्या दिल्यासारखं व्हायाचं.

मुसलमान माझा पाहुणा होऊ शकत नाही. त्याचा धर्म वेगळा; आमचा धर्म वेगळा. ते वेगळे जनावर; आम्ही वेगळी जनावरं. अवलादी अवलादीत फरक.

कुसुमला घेऊन मी निघालो; पण मऱ्याप्पा कांबळे आडवा आला. त्यानं कुसुमच्या हातातील पिशव्या रस्त्यावर उधळून दिल्या व तिला ओढून घरी नेऊ लागला. कुसुम रडू लागली. मला 'शरण शरण' म्हणून हाका मारू लागली. मी पळत जाऊन सासऱ्याची गच्ची पकडली, तेव्हा त्यानं कुसुमला सोडलं. मी बायको घेऊन बसस्टँड जवळ केलं; पण इतक्यात मेहुणे सायकली घेऊन हजर झाले. मी हे सर्व सहन करायाचा; कारण याच घरात माझी बहीण दिलेली. साटंलोटं होतं.

□□□

निरमी दिल्या घरी सुखी होती. नागीला चंदूपासून दिवस गेले होते. नागी-चंदू आता सुखानं राहात होते, असंच म्हणावं लागेल. वनीला वर्षा-दोन वर्षात ओटी येईल. तिच्या नवऱ्याचा पत्ता नाही. लग्न मोडल्यासारखच. मी वनीच्या नवऱ्याचा शोध घ्यावा म्हणून त्याच्या गावी जाऊन येण्याचं ठरवलं आणि एका दिवशी निघालोही.

होर्टी हे मोगलाईतलं खेडं. या गावाला आजही वीज, बस किंवा पोष्टऑफिस नाही. नळदुर्गच्या बाजारात पोष्टमन होर्टीच्या माणसांना पत्रं वाटत असतो. मी गेलो तेव्हा परबतआज्या बाजेवर झोपला होता. मला पाहताच तो खडबडून जागा झाला. वनीचा नवरा तिथंही नव्हता. दहा-बारा वर्षाचं पोर कुठं पळून गेलं होतं, कुणास ठाऊक ?

परबतआज्यानं चार पाडेवार जमा करून दारातील लंगडा बैल कापला होता. मटणाचे ढीगच ढीग. सर्वत्र रक्ताचा सडा. माश्यांची किचकिच. माझ्यासाठी बैल कापला होता. आता एवढा बैल संपल्याशिवाय जायाचं नाही, हा परबतआज्याचा आग्रह. मी आवाक् झालेला. मी खाऊन खाऊन किती मटण खाईन ?

बैल कापून वाटे घातलेले. महारवाड्यातील माणसं एकेक वाटा घेऊन जात होते. परबतआजा वाटे विकत होता. रत्नामाय मटणाचा हंडा शिजवत होती. चावट

पोरी माझ्याकडं बगून हसत होत्या. मी शिजलेल्या मटणाची तुकडे खात होतो.

काही दिवसांनंतर मी परत निघालो. मला निरोप देण्यासाठी परबतआज्या दूरवर चालत आला. तो सारखा काही तरी सांगत होता. काही अंतर चालून गेल्यानंतर एका दरीकडं बोट दाखवून परबतआज्या थांबला. उजाड डोंगराजवळची ती भली मोठी दरी. परबतआज्या सांगत होता रझाकाराच्या रक्तरंजित आठवणी.

"आमी होर्टीमधले मुसलमान घरोघर जाऊन पकडले. काही पळून गेले होते. सगळ्यांना पकडून या माळावर आणलं. आडवं पाडलं. काल बैल कापलेली मोठी सुरी बगितलायच की ! त्या सुरीनं म्या अकरा मुसलमानांचे गळे सोडवलेय. ओळीनं निजवून गळे कापले अन् ह्या वगळीलाच सगळ्यांना जाळलं. गाववाल्यांनी काही बायकांना रांडा म्हणून वापरल्या."

□□□

माझी टेलिफोन ऑप्रेटर म्हणून अहमदपूरला नेमणूक झाली. मी माझं शिक्षण अपुरं सोडलं. आर्थिक अडचणीमुळं एम्. ए. न करता मी नोकरी स्वीकारली. संतामाय, दादा आता बरेच वृद्ध झालेले. शिवाय माझं लग्न झालेलं. मला आता माझ्या पायावर उभं राहिलं पाहिजेच ना !

पोष्ट आणि तार खात्याची नोकरी मिळालेली. मराठवाडा नामांतराच्या आंदोलनानं उग्र पेटलेला. मला माझ्या जिवाची भीती वाटू लागली. नामांतराच्या दंगलीत टेलिफोन एक्सचेंज जाळलं होतं. पोलीस चौकीवरही हल्ला झाला होता. गोळीबारात दोन ठार झाले होते. आमदारांच्या घरावरही जमावानं दगडफेक केली होती. सर्वत्र भयावह असं दडपण होतं. मराठवाड्यात नामांतराच्या हिंसक दंगली उसळत होत्या. दलितांच्या वस्त्या भर दिवसा पेटवल्या जात होत्या. खुनाचं सत्र चालू होतं. 'मराठवाडा बंद'चा आदेश तर जीवघेणा वाटायाचा. महाराष्ट्रातून लाँग मार्च ठिकठिकाणाहून निघालेला. रोजच्या वर्तमानपत्रांत जाळपोळ आणि अटक ह्या बातम्या असायाच्या. मराठवाड्यातील आंदोलन महाराष्ट्रभर पसरत होतं आणि माझ्याही रक्तात एक आंदोलन वाढत होतं — गर्भासारखे. माझ्या रक्तातील आंदोलनाचे अंकुर सूर्यासारखे तेजस्वी होते. दलित विरोधी सवर्ण ही तीव्र द्वेषाची भावना लोकांत जन्मली होती. शासनानंही माघार घेतली होती. बापूराव जगताप, जोगेंद्र कवाडे यांचं नेतृत्व प्रेरणादायी वाटत होतं.

दलितांना मिळणाऱ्या सवलती, शिक्षणानं स्वाभिमानी झालेला दलित समाज, चळवळीनं उभा राहिलेला बंडखोर तरुण, नोकऱ्यांमुळं सुखी जीवन जगणारा

अस्पृश्य, धर्मांतरामुळं हिंदूंची नाकारलेली कामं यामुळं हिंदू समाज डिवचला गेला होता. हजारो वर्षं आपल्या पायात कुत्र्या-मांजरासारखा वागणारा समाज आपल्या बरोबरीनं वागतो आहे हे कदापि मान्य न होणारं सत्य होतं. अशा भेसूर दहशतीत मला माझी जात चोरणं भाग होतं.

'लिंबाळे' म्हटले की, मला 'लिंगायत' म्हणायाचे. लिंगायत माणूस मला चटकन जवळ करायाचा. मीही लिंगायत वस्तीत राहू लागलो. शिवभजनीत रस घेऊ लागलो. पहिल्याच आठवड्यात मी मित्रांना पत्रं लिहिली. मला लिहिणाऱ्या पत्रात कृपा करून 'जयभीम' लिहू नये. मराठवाड्यात तीव्र जातिभेद आहे. नामांतराच्या दंगली चालू आहेत. मी पाटील, जोशी सारख्या आडनावाच्या मित्रांना नोकरी लागल्याचं लिहून कळवलं. डॉ. आंबेडकरांचे फोटो, पुस्तकं पेटीत लपवून ठेवली. वि. स. खांडेकरांच्या कादंबऱ्या, रहस्य-कथा वाचू लागलो.

एखादा दलित मित्र आडवा येत असल्याचा दिसला, की मी चटकन रस्ता सोडून दुसऱ्या रस्त्याने जायाचो. अचानक आडवा आला, तर तो 'जयभीम' करण्याअगोदर मी नमस्कार करून मोकळा व्हायाचो. मला कोणी 'जयभीम' केलं, तर मी फक्त हात जोडायाचो. सवर्ण मित्रासोबत फिरताना कोणी 'जयभीम' केलं, की उपरं वाटायाचं. आपली जात उघडकीस येईल वाटायाचं.

माझी जात कळाली, तर मला घराबाहेर हाकलतील. मला मारतील. माझ्या बायकोचा छळ करतील. माझ्याबरोबर माझी बहीण वनीला आणलं होतं. मला माझ्या अब्रूची भीती वाटायाची. नोकरी सोडून पळून जावं वाटायाचं. मी बदलीसाठी अर्ज केला; पण काही उपयोग झाला नाही.

आम्ही जात चोरून राहात होतो. आमचं घर मला लाक्षागृहासारखं वाटत होतं. वनी शहाणी झाली. लिंगायत वस्तीतील सर्व स्त्रिया जमल्या. गाणी म्हणल्या. आम्ही सर्वांना चहापान केला. गावी वनी शहाणी झाल्याचं कळवलं.

दादा आणि संतामाय वनीला गावी नेण्यासाठी आले. कारण तिला आता कुठं तरी गाठीचं बघून देयाचं होतं. मी वनीसाठी नवरा कसा बघणार ? आम्ही कडूचे. शिवाय लिंगायत म्हणून राहात होतो. संतामाय-दादाचं दारिद्र्य मला लाजिरवाणं वाटत होतं. संतामायला मी जात चोरून राहतो; त्यामुळं मटण खाण्यास मिळत नाही, हे माहीत होतं. संतामायनं हन्नूरहून दोन किलो बैलाचं मटण बांधून आणलेलं. मी लहानपणी ठोणा फार खायाचा. माझी आवड ओळखून दोन ठोणेही आणले होते. मी चक्क फ्यूजगत उडालो होतो.

ताबडतोब घराचं दार व खिडक्या बंद केल्या. संतामायला खवळलो. पण संतामाय माझ्या पाठीवरून हात फिरवत म्हणाली, "बाबा, तुला हिथं खायाय मिळत

न्हाय म्हणतूच. खा. कोन बघुलालंय. आमीबी तुज्या बरूबर खाताव.'' मी अडचणीत आलेला. कोण पाहिलं, तर तोंडघशी पडणार होतो. मला काहीच कळत नव्हतं.

रात्री आम्ही मटण खाल्लं. हाडं बाहेर नेऊन टाकली. मला आगीतून बाहेर पडल्यासारखं वाटलं. मनावरचा ताण कमी झाला. सकाळी उठून पाहतो, तर कुत्री नळ्या खात बसलेली. मी परत आवाक्. जणू ती कुत्री मलाच फाडून खात होती.

संतामाय-दादाचा आम्हाला अजून एक त्रास व्हायाचा. संतामाय तिचा नवरा मेल्यापासून कुंकू लावण्याचं सोडून दिलेली. गळ्यात मंगळसूत्रही नसायाचं. त्यामुळे ती विधवा वाटायाची. पण सोबत दादा नवऱ्यासारखा असायाचा. त्यामुळे शेजारी स्त्रिया कुसुमला दादा संतामायाचं नातं विचारायाच्या. एका शेजारणीनं तर संतामायसाठी कुंकू पाठवून दिलेलं. आम्हाला आमच्या भूतकाळाची लाज वाटायाची. महारोग्याच्या चट्ट्यासारखे आम्ही आम्हाला लपवून ठेवायाचो. माझ्या आडनावावरून माझ्या जातीचा बोध होत नसे म्हणून काही जण सासरवाडीचं आडनाव विचारायाचे. मी सासरवाडीचं आडनाव कांबळे न सांगता भोसले, पवार असे ठोकून देयाचा.

दादा जेव्हा मला भेटण्यास यायचा, तेव्हा मला बापासारखा वाटायाचा. त्याच्यात-माझ्यात कधी धर्म आडवा आला नाही. त्याला कोणी जात विचारली, तर सांगायचा 'लिंगायत' म्हणून. तो माझ्यासाठी त्याचा धर्म चोरून ठेवायाचा. बसमध्ये अर्धं तिकीट मिळावं म्हणून आईनं मुलाचं वय चोरून सांगावं, तसं दादा आपला धर्म चोरून सांगायाचा.

आम्ही अहमदपूरला असताना सीताराम गुट्टे हा चांगला घरमालक भेटला. त्यांच्या घरी आम्हाला कसलाच त्रास झाला नाही. तसे सीताराम गुट्टे हे तापट व रागाळू व्यक्ती. त्यांच्या पत्नीला आम्ही 'भाभी' म्हणायाचो. ही फार मायाळू बाई. मी गुट्टेच्या वाड्यात राहायाला आलो. पण त्यांनी कधीच जातिभेद पाळला नाही. मी भीमनगरमध्ये जाऊ लागलो. माझ्या माणसांत मिसळू लागलो.

रोज अनेक पत्रं यायची. खूप दिवसांतून हन्नूरचं पत्र आलं होतं. त्या पत्रात चंदामाय मरण पावल्याचं लिहिलं होतं. कुसुम आणि मी त्या दिवशी घरात बसून रडलो.

□□□

डॉ. बाबासाहेब आंबेडकरांची जयंती उत्साहानं साजरी करण्याचं ठरलं. जयंतीच्या मीटिंगला बोलावणं आलं होतं. मी गेलो नाही. कारण आदल्या दिवशी काही मंडळी माझ्याकडं भेटण्यास आली होती. त्यांचं माझं बोलणं झालं. म्होरक्या म्हणत होता — ''लिंबाळेसाहेब, आपण बारामाशी आहोत. ती खाल्लाकडली मंडळी

अक्करमाशी आहेत हे तुम्हाला माहीत नाही. उद्या मीटिंगमध्ये तुम्ही त्यांची बाजू घेऊ नका. अध्यक्ष आपला असला पाहिजे. अकरामाशी नाही.''

या विराट चळवळीला मी अक्करमाशी म्हणून कळालो तर ? या समाजाला मी कडू म्हणून कळालो तर ? मला डावलतील का ? मी वेगळा पडेन का ?

डॉ. बाबासाहेब आंबेडकरांची मिरवणूक निघालेली. दगडू वाघंबर मोठ्यानं घोषणा देत असलेला. बनसोडे गुरुजी, धसवाडीकर गुरुजी आणि कदम-मामा मिरवणुकीतून फिरत होते. ही मिरवणूक शुद्ध महारांची. बारामाशी महार. पण मी ? या मिरवणुकीत भ्रष्ट, अपवित्र रक्ताचा. मला माझ्या हलकेपणाची तीव्रतेनं जाणीव होतेय. 'भीम जन्माला बाळ सोमवंशी कुळात' हे ऐकताना मी कासावीस व्हायचा. डॉ. आंबेडकर-देखील पूर्ण महार जातीचे नाहीत. ते महारामधील सोमवंशी कुळाचे. मग माझं कसं ? मी चक्रीवादळासारखा.

जयंतीची मिरवणूक पुढं पुढं जात होती. दलित तरुण काळजीनं पछाडलेला. नामांतराच्या दंगली अजून शमल्या नव्हत्या. 'कोणी या मिरवणुकीवर दगडफेक तर करणार नाही ना ?' माझ्या मनातील शंका मला उगीच अस्वस्थ करायाची; कारण कालच कुठंतरी जयंतीच्या मिरवणुकीवर चिखलफेक झाल्याची बातमी वाचली होती आणि सर्वात जास्त म्हणजे डॉ. बाबासाहेब आंबेडकरांच्या पुतळ्याचीच विटंबना झाली आहे; कारण बाबासाहेबांचा पुतळा म्हणजे दलितांच्या आत्मतेजाचं प्रतीक आहे.

माझा सासरा मरण पावला. कुसुम अंत्यदर्शनासाठी निघून गेली. माझ्या जीवनातील एक संत मातीआड झाला. दारूच्या घोटानं त्याचा घोट घेतला.

□□□

माझी बदली लातूरला झाली. अहमदपूरचा प्रेमळ मित्रपरिवार सोडून लातूरला जाणं माझ्या जिवावर येत होतं. मी लातूर गाठलं. नव्या शहरात परत घराचा प्रश्न. परत जात शत्रूसारखी सोबत. लातूर इतकं मोठं शहर. इतक्या माड्या, बंगले, घरं; पण मला नाकारलं जायाचं. 'मुसलमान आणि महार आम्हाला भाड्याने ठेवायचे नाहीत,' असं स्पष्ट सांगितलं जाई. या शहराला का आग लावायाची आहे ? हे इतकं मोठं शहर; पण मला खोली मिळू शकत नाही.

घराघरांपुढं तुळशी दिसायाच्या. घराच्या बैठकीमध्ये राम-शंकराचे फोटो दिसायाचे. ही माणसं परकी वाटायाची. या वस्त्या उपऱ्या वाटायाच्या. हे संस्कार शत्रू वाटायाचे. इथं घर विचारणंदेखील गुन्हा वाटायाचा. गळ्यात लिंगजानवं घातलेली माणसं मला माझी वाटायाची नाहीत. माझ्या अंगावर स्वच्छ कपडे आहेत. मी दररोज

साबण लावून स्नान करतो. टूथपेस्टनं दात घासतो. माझ्यात अस्वच्छता कोठेच नाही. मग मी अस्पृश्य कसा ? घाणेरडा सवर्ण माणूस स्पृश्य ठरतो. हे जातीच्या कळपा-कळपांनी बनलेलं शहर. प्रत्येकानं आपल्या जातीच्या वस्तीतच राहिलं पाहिजे.

लातुरात मला कुठंच घर मिळालं नाही. अनेक मित्रांना मी घर पाहण्यास सांगितलं. पण शहरात घर मिळणं शक्य नव्हतं. अखेर मी भीमनगरमध्ये राहण्यास आलो. इथं संडास नाहीत, ना बाथरूम. स्त्रिया उघड्यावर न्हायाच्या. उघड्यावर मुतायाच्या. भीमनगरमध्ये येताना-जाताना मला जिवावर येयाचं. सकाळी आणि संध्याकाळी वाटेवर स्त्रिया संडासला बसलेल्या. मी स्त्रियांमधून घरी जाताना अवघडून जायाचा. या वस्तीत रिक्षा ओढणारे, मजूर, हमाल राहायाचे. प्रत्येकाचा पाय पोटाच्या परिघात पडणारा. पोट म्हणजे कर्तृत्वाचा उंबरठा. या पोटाला अनेक पोटाच्या लक्ष्मणरेषा.

या वस्तीचा मला किळस येयाचा. या वस्तीचे संस्कार मला नको वाटायाचे. मी दलित ब्राह्मण झालेला; पण सवर्ण तर पायरीजवळ उभं राहू देयाचे नाहीत. राहावं तर भीमनगरमध्ये; नाही तर मुसलमान वस्तीत. इतरत्र नाकेबंदी.

लातूरचं भीमनगर म्हणजे स्मशानभूमी. या जागेला मारवाडी स्मशानभूमी म्हणतात. शहरातील प्रेतं इथं जाळली, पुरली जातात. या स्मशानभूमीच्या भिंतीवर कुणी छप्पर टाकलेलं; तर कुणी चार पत्रे. अशाच चार पत्र्यांच्या घरात मी राहात होतो.

घरामागं नेहमी प्रेत जळत असायाचं. घरामागं प्रेत जळू लागलं, की धुराचा लोट आमच्या पत्र्यावरून जायाचा. कधी कधी तर दोन-तीन प्रेते जळत असायाची. जळणाऱ्या प्रेतांचा वास वस्तीभरून असायाचा. जेवताना कुठल्या तरी जिव्हाळ्याच्या माणसानं फोडलेला हंबरडा ऐकू यायचा. घरामागचं स्मशान झोपू देयाचं नाही. मी बेचैन व्हायाचा. कवटी फुटल्याचा आवाज भेदरून सोडायाचा. मानसिक समाधान मिळायाचं नाही. माझी मुलगी नेहमीच आजारी पडायाची. अस्मिताला खूप ताप चढला की, मी स्मशानभूमीच्या पाया पडायाचो. जागा चांगली नाही. घर बदललं पाहिजे वाटायाचं. पण घर कुठं मिळणार ?

रात्रीचे बारा-एक वाजलेले. मला झोप येत नाही. डोक्याचा स्फोट होईल की काय वाटतंय. भीमनगर झोपी गेलं असेल. स्मशानात कुणाची तरी चिता जळत असेल. मी मात्र जिवंतपणीच जळतोय. मला आठवण येत नाही आई-वडिलांची किंवा बायको-मुलीची. अशा एकाकी रात्री मी हस्तमैथुन करत नाही की कुंटणखान्याकडं जाणंही सुचत नाही. मी माझ्या देहाबाहेर गेलेला असतो — मध्यरात्री सिद्धार्थानं घराबाहेर पडावं तसं.

मी रोजच वृद्ध माणसं पाहतो. किती आजारानं जर्जर झालेली. रोजच प्रेतयात्रा, हालगीचा आवाज, प्रेतांचं जळणं, आप्तांचं रडणं ऐकतो आणि मला सिद्धार्थाचा

गृहत्याग आठवतो. संध्याकाळच्या वेळी पत्र्यावर चढून बसतो. स्मशानात चिता मंदपणे जळत असते. सासऱ्यालाही असंच जाळलं असेल. चंदामाय कुजून मातीला मिळाली असेल.

या भीमनगरमध्ये झोपी गेलेली माणसं. झोपड्या-झोपड्यांतून वळणा-वळणांनी गेलेला रस्ता. ती दूर दिसणारी कचराकुंडी. मी न्याहाळत असतो सुनसान रात्री — कुणी प्रेषित, कुणी देवदूत यावा म्हणून. निदान स्मशानातील एखादं खज्याळ भूत तरी यावं म्हणून. पण काही कसं होत नाही इथं कुत्र्याच्या ओरडण्यापलीकडं ?

उत्तररात्री लघवीला उठलेली शेजारीण माझ्यामुळं अवघडून उभी आहे, याचं भान होतं. आणि मी घरात शिरतो, दार बंद करतो. घर म्हणजे एक पुरातन गुहा. मी कुशी बदलत असतो. निदान पहाटेला तरी मला स्वप्न पडावं — मायादेवीला सिद्धार्थाच्या जन्मावेळी पडलं होतं, तसं.

□□□

हन्नूरचं पत्र आलं होतं. पमी आणि इंदिराचं लग्न ठरलं होतं. दोघीला एकाच घरात अक्कलकोटमध्ये दिलं होतं. दोघी बहिणी जावा जावा म्हणून नांदणार होत्या. मला आनंद झाला होता; कारण बहिणीचं लग्न होत होतं. पण इंदिरा ही दुसरीत शिकत होती; तर पमी ही आठ-नऊ वर्षांची होती. इतक्या लहान वयात वनीचं लग्न करून मोडलं होतं.

आयला माय आणि रामबापचा किस्सा मला आठवतो. आयला मायची आई आणि रामबापची आई या दोघींनी पोटाला कुंकू लावलं होतं. या दोघी गरोदर असतानाच आपल्या गर्भाचं लग्न पक्कं केलं होतं. एकीला मुलगा आणि दुसरीला मुलगी झाली; तरच हे लग्न ठरल्याप्रमाणं होणार. जर का दोनही मुलगे किंवा मुली झाल्या, तर झालेला लग्नाचा करार मोडणार. पोटाला कुंकू लावून लग्न करण्याचा रिवाज तर अजबच. आयलामाय रामबापचं असंच लग्न झालेलं.

पमी आणि इंदिराची सासू मालन. ही मुसलमान बाई. तिच्यावर स्वामी ड्रायव्हर मरायाचा. स्वामी ड्रायव्हरनं तिची फारिकत करून घेतली. स्वामी ड्रायव्हर लिंगायत. स्वामी ड्रायव्हरपासून मालनला दोन मुले झाली. एक गुरसिद्ध. हा पमीचा नवरा. चौदा-पंधरा वर्षांचा. दुसरा बसवण्णा. हा इंदिराचा नवरा. दहा-बारा वर्षांचा. मालनला मुसलमान नवऱ्याची एक मुलगी आहे. चाँदबी ही मोलमजुरी करून आपल्या दारुड्या नवऱ्याचं घर संभाळेतय. स्वामी ड्रायव्हरची एक सोना नावाची मुलगी सोलापुरात वेश्याव्यवसाय करतेय.

पमी आणि इंदिराचं लग्न ठरविताना माय मुसलमानाची आणि बाप लिंगायताचा म्हणून सांगितलं होतं. कारण स्वामी ड्रायव्हर आणि आमचा काका दोघेही लिंगायत. पण मसामाय महार आणि मालन मुसलमान. मसामाय मुसलमानाच्या पोटची आहे म्हणून सांगितलं. बाप म्हणून दादाला दाखविलं. आणि दादा मुसलमान होताच.

लग्न झाल्यावर देवधर्म करण्यासाठी पमी-इंदिराला अक्कलकोटला नेलं. त्यांच्या सोबत वनीही होती. पमी-इंदिराच्या घरासमोरच दारूचा अड्डा होता. दारू विकणाऱ्या माणसाचं आणि वनीचं जमलं. दोन दिवस राहून वनी, पमी, इंदिरा निघून आल्या, त्या कायमचंच. कारण मसामाय महाराची आहे, हे त्यांना कळालं होतं आणि नवं नवं लग्न विस्कटून गेलं — बाहुलीच्या लग्नासारखं. इंदिरा आता तिसरीत शिकत होती आणि प्रमिला जळण वेचत फिरत होती. दोघींचं कपाळ पांढरं पांढरं.

□□□

अक्कलकोटमध्ये दारू विकणारा माणूस हा वनीवर मरत होता. त्यानं वनीचा पता विचारून घेतलेला. त्याचं नाव इंडे. जंगमाचा. दारूगांजा विकणे हा त्याचा धंदा. चाकूशी खेळणारा, अनेक वेळा जेलमधून आलेला. पोलिसांच्या ब्लॅक लिस्टला नाव असलेला. पहिल्या बायकोचा खून केलेला. वयानं वनीपेक्षा कितीतरी मोठा. तो गिऱ्हाईक म्हणून आमच्या घरी आला. आमच्या घरी दारूधंदा होता. त्यानं दारू पिली. काकाला पाजली. आपला मनोदय नशेत सांगून टाकला.

काकानं तुळजापूरला जाऊन इंडेबरोबर वनीचं लग्न लावून आणलं.

मी तक्क्यावर गेलो. तक्क्यावर मसाण्णा आणि अंकुशण्णा वासराचं कातडं शिवत होते. चन्नू पाटलाच्या गायीचं वासरू मेलेलं. वासरू मेल्यामुळं गायीला पान्हा फुटायाचा नाही. गाय दूध देयाची नाही. गाय दूध द्यावं म्हणून भोध शिवत होते.

वासराचं कातडं सोलल्यावर कातडं वाळू घातलेलं. गायीचा पान्हा आटलेला. गायीचा पान्हा फुटावा म्हणून अंकुशण्णा आणि मसाण्णा भोध शिवत होते. वासराच्या कातड्यात कडबा भरला होता. पायात लाकडं खोवली होती आणि डाबणानं पोतं जसं शिवावं, तसं भोध शिवत होते. वरून वासराचं कातडं आणि आत म्हणजे कडबा व लाकडं असा भोध शिवून तयार झाला.

हे शिवलेलं भोध गायीपुढं उभं करायाचं. मग गाय हंबरणार. वासराला चाटणार. तिला पान्हा फुटणार. जनावराला सुद्धा माया असते. गाय वासराला माया करणार; पण भोध उभं असणार. निर्जीव. माणूस दूध पिळून घेणार. गायीपुढून भोध काढून घेणार. माणूस म्हणजे भोधच.

परश्याचं, म्हाद्याचं, मारत्याचं, अशोकची लग्नं झाली होती. प्रत्येकाला मुलं-बाळं झाली होती. नंद्याचंही लग्न झालेलं. माझ्या डोळ्यांआड किती मोसम बहरले, गळाले; जळाले. माणसाचा ऋतुचक्र, ऋतुसंहार. भोसले गुरुजी, गंगौडा गुरुजी थकलेत. मुल्ला गुरुजी थोड्याच दिवसांत रिटायर होणार. काळाला पकडून थोडं थांबवता येईल का ?

माणूस नावाचं एक झाड. त्याला वयाची लागणारी पानं — दिवसादिवसानं कोमेजणारी. मृत्यूच्या वादळात उन्मळून पडणाऱ्या झाडागत माणूस निखळून पडणार. आता सातू बापाचा शेवटचा वारस संतामाय. ती पण थकलेली आहे. दादा हातघाईला आलाय. माणूस जन्मल्यापासून मरणघाट शिवण्यासाठी पाठलाग करत असतो. मरणाचा डाव आपल्यावर येऊ नये म्हणून जीवनाच्या मैदानावर माणूस पळत असतो; पडत असतो.

मारत्याची माय हौसामाय मरण पावलीय. लक्सूबाप खूप पांढरा झालाय. त्याला बिडीसाठी दहा पैसे दिले. तोंडभरून आशीर्वाद देत पैसे घेतला. लक्सूबाप भानामती केगामती का करत नाही ? श्रीमंताच्या तिजोरीतील पैसा आपल्या झोपडीत का आणत नाही करणी करून ? का फर्मावत नाही कोकण्या देवांना शेठ सावकाराच्या मुंड्या मोडण्यास ? त्याची मंत्रविद्या त्याला का उपाशी मारते ?

□□□

दुर्वास आपल्या मुलाला घेऊन मला बोलवण्यासाठी आला, तेव्हा मला आश्चर्य वाटलं. कदाचित यानं दुसरं लग्न केलं असणार. कारण पाच वर्षांपूर्वीची आठवण आहे ही. दुर्वासचं लग्न त्याच्या बहिणीच्या मुलीशी झालं होतं. दोघं काही महिने हसत-खेळत राहिले. पण पुढं मात्र दुर्वासच्या बायकोवर भिमण्णा या सावकाराच्या मुलानं पूर्णपणे कब्जा मिळवला. गावमहारवाड्यात ही बोंब झाली. दुर्वासनं आपल्या बायकोला व भीमण्णाला एका अंथरुणात पकडलं आणि कडी लावली. आपल्या बहिणीला निरोप पाठवला — 'तुझी मुलगी विहीर पडून मरण पावली आहे.' दुर्वासची बहीण आणि तिचा नवरा रडत बोंबलत आले, तेव्हा त्यांना घराचं दार उघडून दाखवलं.

दुर्वास त्या वेळी आपल्या बायकोचं नाक, थान कापण्यासाठी चाकू घेऊन बसला होता. बहिणीचीच मुलगी होती. सर्वजण मध्ये पडले. दुर्वास रागानं थरथरत होता. आज पाच वर्षं झाले या घटनेला. दुर्वासची बायको-पण मला बोलवण्यासाठी आली. मी तर अवाकच झालो. दुर्वास आपल्या बायकोबरोबर आता सुखानं संसार

करत होता, याचा मला आनंद वाटला.

मी घरी आलो, तर कानावर भांडणाचा आवाज येत होता. नागी रडत होती. मसामाय संतापली होती. चंदू मुकाट्यानं बसला होता. चंदूनं दुसरं लग्न केलं होतं; पण चंदू कबूल होत नव्हता. मसामाय संतापानं अनावर झाली होती; पण चंदू गप्पच होता. मसामाय उसळून म्हणाली, ''अगं, आण ती तलवार. कसा कबूल होत नाही ते बघते.'' नागी मात्र रडत होती. चंदूनं शेवटी लग्न केल्याचं कबूल केलं. मी घरात न जाता मागल्या पावलानं माघारी फिरलो.

दादा, संतामाय, मी जेवत होतो. इतक्यात गोंधळ्याच्या पांडुरंगच्या बायकोचं पोट दुखू लागलंय म्हणून पांडुरंग आला. संतामायनं जेवणाचं ताट बाजूला ठेवलं आणि पोट चोळण्यासाठी निघून गेली.

रजा संपत आली होती. बार्शीत कुसुम बाळंतपणासाठी थांबलेली होती. तिच्याकडं पण जायाचं होतं. जाता जाता सोलापुरात एक दिवस राहण्याची इच्छा होती. मी संध्याकाळी निघण्याची तयारी केली.

मी जाणार म्हणून सर्वजण जमले. संतामाय, दादा, काका, मसामाय, नागू, चंदू, वनमाला, प्रमिला, सुनंदा, श्रीकांत, इंदिरा सर्वजण निरोप देण्यासाठी उभे होते. गाडीला अजून उशीर होता. आमच्यात चंदामाय नव्हती. तिची उणीव तीव्रतेनं जाणवत होती.

बस आली. मी बसमध्ये बसलो. हमाली काहीच नव्हती. दादा माझ्याजवळ आला. ''हात संभाळून खर्च कर'' म्हटला. कंडक्टर जवळ गेला. ''माझा नातू आहे. टेलिफोनचा साहेब आहे.'' म्हणून कंडक्टरला सांगितला. कंडक्टरने बेल हाणली. बस निघाली. मी माझ्या घरापासून क्षणाक्षणाला दूर जात होतो.

□□□

मी सोलापूरला उतरलो. योगायोगानं नंद्याची भेट झाली. त्यानं हॉटेलात चहा पाजला. खूप गप्पा मारल्या. घरी चलण्याचा त्याचा आग्रह मला मोडता आला नाही.

नंद्या सध्या बँकेत कामाला आहे. नंद्याच्या आचारा-विचारात क्रांतिकारक बदल झालेला. त्यानं आपल्या आईला आपल्याजवळ आणलेलं. लग्नही झालं होतं. हा झोपडीतला माणूस सुखवस्तू झाला होता. घरी त्याची जेमतेम शिकलेली पत्नी. त्यानं घर व्यवस्थित सजवलेलं. माझं पुस्तक वगैरे प्रकाशित झालेलं, हे त्याला माहीत नव्हतं. नंद्या जन्मानं दलित असूनही दलित साहित्य वाचलेला नव्हता.

नंद्याची आई लाजत मला बोलत होती. हिरामावशी जुनेर नेसून गोवऱ्या वेचत

फिरायाची. नऊ वारी जुनेर नेसणारी हिरामावशी सहावारी साडी नेसली होती. चोळीच्या ऐवजी ब्लाऊज घातला होता. केशरचना बदलली होती. नंद्या आता साहेब होता. साहेबाच्या आईनंदेखील साहेबाच्या आईसारखं राहावं; नाही का ?

मी बार्शीची गाडी पकडली. मला लातूर जवळ करायाचे होते. रजा संपत आली होती. प्रवासात माझ्यापुढे अनेक समस्या आ वासून अंगावर येत होत्या. मी चक्रीवादळासारखा फिरत होतो माझ्यातच. माझ्या बरोबर निळी टोपी घातलेला एक वयस्कर माणूस प्रवास करत होता. तो रिपब्लिकनवाला असावा. मी त्याला बसण्यास जागा दिली. त्याला कदाचित माझ्या जातीचा वास आला असावा.

मला बार्शीच्या स्टँडवरच कुसुम बाळंत झाल्याचं कळालं. मुलगा झाला होता. मुलाचं नाव अनार्य ठेवायाचं, हे ठरवून टाकलं. रजा वाढवून घेतली. हन्नूरलाही पत्र लिहून कळवलं.

वयाच्या पंचवीस-सहव्विसाव्या वर्षी मी अनेक जबाबदाऱ्या घेऊन जगतोय. अठरा वर्षांच्या आत बायको तीन वेळा बाळंत होते आहे, घसरगुंडीवर चढायाचं आणि घसरत खाली यायचं. जीवनातील चढ-उतार. हा कित्ती चढ की वर पाहताना डोईवरचा फेटा खाली पडावा. हा किती उतार की खाली पाहताना डोळ्यांना अंधारी यावी.

आज रमझानचा ईद. दादाचा सण. दादा बुधवार बाजारात उधार आंगी टोपी घेतला असेल ! मस्जीदीत नमाज पढण्यास गेला असेल ! संतामाय कुण्या तरी मुसलमानाच्या घरी शूरखूमाँ मागण्यास गेली असेल !

दादा मेल्यावर त्याचा जनाजा कोण उचलेल ? मुसलमान कसे येतील ? मुसलमान तर दादाची माती कशी करणार ? मग दादाला पुरायाचं कोठं ? दादाच्या मड्याचं काय ? काकाच्या मड्याचं काय ? यांचा मसनवटा कुठला ? संतामाय, मसामायीच्या मातीला लोक येतील का ? हा व्यवस्थेचा चक्रव्यूह का रचला आहे ? ही नीती-अनीती कोणी निर्माण केली ? का केली ? माझा जन्मच अनैतिक ठरवला जात असेल, तर मी कुठल्या नीती पाळू ?

□□□

अक्करमाशी

कठीण शब्दांचे अर्थ

१. **करीच्या बैलावाना** - शर्यतीतल्या बैलासारखे.
२. **इड** - मदत.
३. **पाडेवार** - गाव कामगार, महार.
४. **गुडीत** - मंदीरात.
५. **हिबाळली** - फेकली.
६. **पिळग्यांनी** - मुलांनी.
७. **आंगी** - सदरा.
८. **बाळवत** - लहान बाळाने घाण करु नये म्हणून त्याला नेसवण्याठी केलेले कपडे.
९. **हेसकी** - किळस.
१०. **लग्नयेवं** - लग्न आणि लग्नासारखे समारंभ.
११. **आवतान** - निमंत्रण.
१२. **शिंदळकी** - अनैतिक वर्तन करणे.
१३. **हावऱ्यावानी** - आधाशीपणाने.
१४. **अन्यांदा** - पुन्हा.
१५. **कडूसन** - संध्याकाळ.
१६. **इसावा** - विश्रांती.
१७. **दंड घालणे** - सुई दोऱ्याने जुने कापड शिवणे. (वस्त्राचा जीर्ण भाग फाडून टाकणे व चांगला भाग शिवून एकत्र करणे म्हणजे दंड घालणे होय.)
१८. **गाडी ना गांड्या** - पुरुष किंवा स्त्री अशी कर्ती व्यक्ती नसणे.
१९. **पाडेवारकी** - बलुतेदारी. महारांना गावाची कामे करावी लागायची. रस्ते झाडणे, सांगावा सांगणे, मेलेली जनावरे ओढणे इ. अशी कामे करणाऱ्या

महाराला 'पाडेवार' म्हणून संबोधले जाई. प्रती वर्षी महारमंडळी एकत्र जमत आणि आळीपाळीने महारवाड्यातील प्रत्येक घराला पाडेवारकीची कामे सोपवित.

२०. **बलुतं** - पाडेवाराला त्याच्या कामाचा मोबदला म्हणून गाववाले उरलेलं अन्न किंवा धान्य देत. अशा मोबदल्याला 'बलुतं' म्हटलं जाई.

२१. **पायली** - एक पायली म्हणजे चार शेर. धान्य मोजण्याची जुनी पद्धत. एका शेरात जवळ जवळ एक किलो धान्य असे.

२२. **तक्क्या** - दलित वसतीतील धर्मशाळा, समाजमंदीर.

२३. **पड** - मेलेले जनावर.

२४. **पसा** - ओंजळभर.

२५. **आठवा** - अर्धा शेर. (शेर ह्या मापाचा अर्धा भाग)

२६. **मुठ्या** - हस्तमैथून.

२७. **सांगावा** - निरोप.

२८. **गोठा** - जनावरं बांधण्याची जागा.

२९. **कणीस** - जनावराला मारण्यासाठी विष लावलेलं धान्याचं कणीस.

३०. **गुर्दुळा** - गोंधळ, गडबड.

३१. **ठणक** - तंदुरुस्त. धट्टाकट्टा.

३२. **कोंडाळं** - कुत्र्यांचं भांडण. एकमेकावर भुंकणं.

३३. **चान्या** - मांसाचे दोरीसारखे केलेले तुकडे.

३४. **खोंड** - तरुण बैल.

३५. **बळ्ळ** - चरबी तळवून केलेलं तेल.

३६. **लिपन** - मातीच्या गाडग्यात धान्य ठेवणे व मातीच्या गाडग्याचे तोंड चिखलाने लिंपून बंद करणे.

३७. **खर्चणे** - मरण पावणे. माणूस मरण पावला आहे असे सांगण्याऐवजी माणूस खर्चला आहे अशी सांगण्याची पद्धत.

३८. **पर्णू पर्णू रडणे** - मेलेल्या व्यक्तीचे गुणगान करत आक्रोश करणे.

३९. **आऊ आऊ** - ताई ताई.

४०. **हालबणे** - विव्हळणे.

४१. **वार्गीच्या** - समवयस्क.

४२. **मासकंड** - मेलेल्या जनावराचं मांस.

४३. **खवीस** - भांडखोर.

४४. **हुंदडायचो** - भटकायाचो.

४५. **कावायाची** - चिडायाची.

४६. **जावळाचं** - जावळ न काढलेलं.

४७. **ग्वडगडी** - तक्रारी.

४८. **गुंडगा** - नदीच्या पात्रातील वाळूमध्ये पिण्याच्या पाण्यासाठी मारलेला खड्डा. ह्या खड्ड्यात नदीचे पाणी पाझरून येते.

४९. **खडूळ** - गडूळ.

५०. **बिंद** - वीर्य.

५१. **भकलणे** - संतापाने बडबडणे.

५२. **गावळ** - गोंधळ.

५३. **भादरणे** - केस कापणे.

५४. **बोडणे** - केस कापणे.

५५. **गुच्चे** - बुक्क्या.

५६. **व्हंड्या** - मुंडण केलेले डोके.

५७ **उरवुंड** - मटण कशाचं आहे अर्थात गाय, म्हैस हे कळण्यासाठी खाटिक कातड्याचा अंश असलेला मांसाचा भाग गिऱ्हाईकाला दाखवण्यासाठी ठेवत असे. (प्राण्याच्या शेपटाचा भाग, कानाचा भाग, खांदा इत्यादी अवयवाचा कापलेला तुकडा.)

५८. **डल्ली** - मटण.

५९. **चिलबट** - मटणातील टाकाऊ भाग. मटण निवडून असे चिलबट कुत्र्या-मांजराला टाकले जाते.

६०. **मांदं** - चरबी.

६१. **ठोणा** - नळी. जनावराच्या पायाच्या हाडाचा भाग.

६२. **बकम्मा** - बुक्की, मार.

६३. **कळा** - रूप.

६४. **वटी येणे** - उपवर होणे.

६५. **हाळजणे** - प्रसूत होणे, बाळंत होणे.

६६. **तान काढणे** - पाठलाग करणे.

६७. **खूत देऊन** - ठाण मांडून.

६८. **गैर गुमान्या** - पर्वा न करणारा.

६९. **उकंडा** - उकिरडा.

७०. **पलवड** - पहिले मूल.

७१. **निभोशी** - ऐतखाऊ, कष्ट न करणारा.

७२. **बिस्तरवार** - गुरूवार.

७३. **जीव बार पडणे** - समाधान वाटणे.

७४. **सध्याण** - स्वाधीन.

७५. **पडलेल्या तोंडाला** - आजारपणामुळे अन्न-पाणी बंद असणे. आजार बरा झाल्यानंतर अन्न खाऊ वाटणे. (आजारपणामुळे उपाशी राहिलेल्या तोंडाला)

७६. **कड घेणे** - बाजू घेणे.

७७. **मिडकणे** - तडफडणे.

७८. **धड्डीजवळ** - नदीच्या कडेला.

७९. **कुत्रे छौ लावायचे** - कुत्रे अंगावर सोडायचे.

८०. **चिंधं** - प्रकरण, घटना, प्रसंग.

८१. **किच्चं घालणे** - शेतकरी हुरडा भाजण्यासाठी गोवऱ्या पेटवून विस्तव तयार करतात. त्याला किच्चं घालणे म्हणतात.

८२. **सडी** - एकटी.

८३. **सपलं** - वाढ खुंटलेल्या गर्भाचा गोळा.

८४. **कडू** - अनैतिक संबंधातून जन्मलेला, बेरकी.

www.ingramcontent.com/pod-product-compliance
Lightning Source LLC
LaVergne TN
LVHW090001230825
819400LV00031B/482
* 9 7 8 8 1 7 2 9 4 2 5 1 9 *